काय डेंजर वारा सुटलाय!

जयंत पवार यांचे प्रकाशित साहित्य

नाटक
अधांतर
वंश - पाऊलखुणा
टेंगशेंच्या स्वप्नात ट्रेन

कथासंग्रह
फिनिक्सच्या राखेतून उठला मोर
वरनभातलोंन्चा नि कोन नाय कोंचा

एकांकिका संग्रह
नाद
निनाद
पडसाद

वैचारिक
बहुजन संस्कृतीवाद आणि लेखक

अनुवादित साहित्य

नाटक
अभी रात बाकी है (हिन्दी)

कथासंग्रह
फिनिक्स की राखसे उगा मोर (हिन्दी)

अप्रकाशित नाटक
माझं घर

काय डेंजर वारा सुटलाय!

जयंत पवार

पॉप्युलर प्रकाशन, मुंबई

काय डेंजर वारा सुटलाय!
(म-११९५)
पॉप्युलर प्रकाशन
ISBN 978-81-7185-808-8

KAY DANGER VARA SUTALAYA!
(Marathi : Play)
Jayant Pawar

पहिली आवृत्ती : २०११/१९३२
पुनर्मुद्रण : २०१४/१९३६
दुसरी आवृत्ती : २०१९/१९४१
पुनर्मुद्रण : २०२२/१९४४

मुखपृष्ठ : शांताराम पवार

प्रकाशक
अस्मिता मोहिते
पॉप्युलर प्रकाशन प्रा. लि.
३०१, महालक्ष्मी चेंबर्स
२२, भुलाभाई देसाई रोड
मुंबई ४०००२६

अक्षरजुळणी
ऑलरिच एन्टरप्रायझेस
माहीम, मुंबई ४०००१६

मुद्रक
ब्रिगर मीडिया प्रा. लि.
अहमदाबाद ३८०००४

लेखकाचा पत्ता : जयंत पवार
सी/८११, भूमीग्रीन, रहेजा इस्टेट
कुलूपवाडी, बोरिवली (पू.)
मुंबई ४०००६६

तेंडुलकर,

तुम्ही पुढची वाट दाखवलीत
आणि
वाट मोडण्याची हिंमतही दिलीत...
तुमच्या स्मृतीस-

– जयंत

ऋणनिर्देश...

लेखकाचं पुस्तक तयार होत असताना त्या श्रेयाचा तो एकटाच धनी नसतो. अनेकांचे हात प्रत्यक्ष-अप्रत्यक्ष लागलेले असतात, संहिता घडण्यासाठी. त्यातून नाटक हा तर समूहाचाच आविष्कार. नाटककार ते लिहून ठेवतो तेव्हा पिरांदेल्लोच्या सहा पात्रांप्रमाणे नाटकातली पात्रं, मी त्यांना माणसं म्हणतो, मुक्तीसाठी तळमळत असतात आणि ती त्यांना नाटककार काही देऊ शकत नाही. ती देणारे कुणी वेगळेच असतात, जे त्या माणसांना रंगमंचीय अवकाशाच्या पोकळीत पडणाऱ्या झगझगीत प्रकाशात आणून उभं करतात. एका अर्थाने लेखकाचं हे अपुरेपणच. ते पूर्णत्वाला नेण्यासाठी जे सहाय्यभूत ठरतात त्यांचे ऋण मानणं म्हणूनच अपरिहार्य.

आज 'काय डेंजर वारा सुटलाय!' या नावाने तुमच्यासमोर असलेलं नाटक आधी एकांकिका रूपात होतं. त्यात मोठ्या नाटकाच्या शक्यता आहेत आणि ते तू करायलाच हवंस, असा तगादा माझ्यामागे पहिल्यांदा लावला तो नाटककार विक्रम भागवतने. माझी अधूनमधून बंद पडत असलेली गाडी ढकलण्यासाठी थोडासा धक्का देण्याचं काम असंच दरवेळी कुणाला तरी करावं लागलं आहे.

'अधांतर' नाटकाच्या लेखनाचा प्रवास सहा-सात वर्षांचा होता. 'काय डेंजर वारा सुटलाय!'चा लेखनकाळही सहा वर्षांचा आहे. त्या दरम्यान नाटकाचे पाच-सहा खर्डे झाले. नाटककार विजय तेंडुलकर यांना मी उपांत्य खर्डा वाचून दाखवू शकलो. तेंडुलकर शेवटचे खूप आजारी पडले, त्यापूर्वीचा तो काळ होता. प्रकृती ठीक नव्हती त्यांची. दोन बैठकीत मी त्यांच्या अंधेरीच्या घरी त्यांना नाटक वाचून दाखवलं. तेंडुलकरांना मी एका नाटकाचं देणं लागतो, असं नेहमीच मला वाटत असायचं. ते 'डेंजर वारा'चा प्रयोग पाहायला उरले नाहीत, याची खंत आहेच, पण मी त्यांना हे नाटक ऐकवू शकलो, याचं किमान समाधान आज माझ्या गाठीशी आहे. तेंडुलकरांना नाटक आवडलं, वेगळं वाटलं. मी फॉर्मच्या संबंधात काही प्रयोग करू पाहतोय, हे

त्यांना जाणवलं आणि त्या अनुषंगाने त्यांनी एक-दोन लक्षणीय सूचनाही केल्या. त्या मला नाटकाचा अंतिम खर्डा करताना उपयोगी पडल्या.

ख्यातनाम दिग्दर्शक वामन केंद्रे यांनी हे नाटक दिग्दर्शित करावं, अशी माझी इच्छा होती आणि नाटक ऐकल्यानंतर त्यांनाही तशी इच्छा झाली. ती फलद्रूप झाली नाही, हा भाग वेगळा. परंतु त्या दीड वर्षांच्या दरम्यान आमची झालेली अनेक वाचनं आणि त्या दरम्यानच्या चर्चा यांचा मला नक्कीच उपयोग झाला.

हे नाटक रंगभूमीवर येण्यासाठी मी तळमळत होतो. पण त्याचवेळी नाट्य व्यवसायाची असलेली बिकट अवस्था ध्यानात होऊन अनेक निर्माते नाटक आवडूनही त्याला हात घालू धजावत नव्हते. चार वर्षांचा हा प्रतीक्षेचा काळ असह्य होता. अशावेळी नाट्यक्षेत्राशी काहीही संबंध नसलेले माझे मित्र उदय कुलकर्णी यांनी पुढाकार घेऊन नाटक रंगमंचावर आणायचा चंगच बांधला. कुलकर्णींच्या प्रोत्साहनामुळे आणि बहुमोल मदतीमुळेच माझा मित्र, अभिनेता आणि 'डेंजर वारा' मध्ये दाभाडेंची भूमिका अप्रतिम साकारणारा अनिल गवस आणि नाट्यव्यवसायात दीर्घकाळ असणारा मित्र संतोष कोचरेकर यांनीही उभारी घेतली व अंतिमतः 'डेंजर वारा' मराठी रंगभूमीवर अवतरला. निर्मितीच्या या वेणाही कसोटी पाहणाऱ्या होत्या. यात नितीन पोतदार, संजय कृष्णाजी पाटील, निशा कोठारी, सुनील शिरोळे, जगदीश साळुंखे आणि निलेश खोपडे या मित्रमंडळींचं बहुमोल साहाय्य मिळालं आणि प्रयोगाचं बाळंतपण सुखरूप पार पडलं.

नाट्यसंहितेत आशयाला उठाव देणाऱ्या कवी अरुण कोलटकरांच्या 'काय डेंजर वारा सुटलाय!' या कवितेचा मला वापर करायचा होता. ती वापरण्याची परवानगी मला कोलटकरांच्या पत्नी सुलु कोलटकर आणि ज्येष्ठ मित्र व कोलटकरांच्या कवितांचे प्रकाशक अशोक शहाणे यांनी विनाविलंब दिली. याचबरोबर ज्येष्ठ कवीमित्र वसंत आबाजी डहाके आणि नामदेव ढसाळ यांच्या कवितेचे अंश वापरण्यास त्यांनी आनंदाने परवानगी दिली.

लेखक जेव्हा लेखनाला वेळ देत असतो तेव्हा तो कोणासाठी तरी राखून ठेवलेला वेळ मागून, हिरावून वा चोरून घेत असतो. माझी पत्नी संध्या आणि मुलगी सई, या दोघींचा वेळ मी असाच वेळोवेळी माझ्या स्वतःच्या लेखनानंदासाठी वापरला आहे आणि माझ्या आनंदात त्यांनीही आनंद मानावा, अशी (अवाजवी) अपेक्षाही ठेवली आहे.

या सर्वांचा मी अत्यंत ऋणी आहे.

दि. १८ मार्च २०११ **– जयंत पवार**

मुंबई

काय डेंजर वारा सुटलाय! : एका गुंत्याचा गुंताडा

जयंत पवार

हतबलता ही लेखनाची प्रेरणा होऊ शकते का? मला माहीत नाही. पण ही हतबलतेची जाणीव इतकी वाढत गेली की स्वतःशीच बंड केल्याप्रमाणे ती झटकून टाकण्यासाठी कधीतरी मी लिहायला बसलो.

ते हे नाटक – 'काय डेंजर वारा सुटलाय!'

'अधांतर' हे माझं नाटक मी सात वर्षं लिहीत होतो. परत परत खर्डे करत होतो. 'डेंजर वारा'चंही जवळपास तेच झालं. पहिली दोन वर्षं आणि नंतर एक गॅप येऊन गेल्यानंतर पुन्हा सहा वर्षं, अशी आठ वर्षं हे नाटक मी पुनःपुन्हा वेगवेगळ्या पद्धतीने लिहीत होतो. तरीही दर वेळी काहीतरी राहून जात होतं, काही निसटत होतं, चिमटीत आलेलं इतकं पसरत होतं की, ते आटोक्यात कसं आणायचं या कल्पनेने आणि त्यासाठी केलेल्या प्रयत्नात दमछाक व्हायची.

दमछाक व्हायची कारण समोर मोठा गुंता पडलेला असायचा वास्तवाचा.

हं, वास्तवाचा गुंता दिसणं ही एक कदाचित माझ्या लेखनाची प्रेरणा असू शकेल. सुरुवातीला या गुंत्यातल्या कुठल्याशा गोष्टीने, घटनेने, मानवी वर्तनाने मी अस्वस्थ होतो आणि त्या अस्वस्थतेला वाट करून देण्यासाठी तातडीने काहीतरी छोटं लिहून टाकतो. माझ्या (इनमिन पाच नाटकांपैकी) तीन नाटकांच्या आधी मी एकांकिका लिहिल्या अथवा दीर्घांक लिहिले. असं काही लिहून झालं की मी बराच वेळ त्याच्याकडे बघत बसतो जमेल तसा. कारण त्या तुकड्याने माझं अजिबात समाधान झालेलं नसतं. लेखन लिहून झाल्यावर लगेच हातावेगळं करण्याची कला मला अद्याप जमलेली नाही. किंवा असंही असेल की ते लेखन माझ्यापासून सुटू इच्छित नसेल. त्यामुळे अधून मधून ते बाहेर काढून त्याच्याकडे पाहत राहण्यावाचून गत्यंतर नसतं. डोक्यात तर ते वस्तीला असतंच. त्याच्याकडे असं बघत राहिल्यावर मला त्या गोष्टीच्या आजूबाजूचा प्रदेश धूसरपणे दिसायला लागतो. खूप वेळ काळोखात बघत

राहिलं की काळोखातही एक उजेड दिसू लागतो, तसं. आणि मग लक्षात येतं खूप मोठा गुंता समोर पडलेला आहे. आपल्या आवाक्यात न येणारा.

या गुंत्यातून आपल्याला हव्या त्या आशय-विषयाचा तलम धागा निवडून त्याची तरल मांडणी करणं हेही एक कौशल्यच आहे. पण का कोण जाणे, मी सहसा तसं केलेलं नाही. मला ते स्वार्थीपणाचं वाटत आलंय. माझ्यातल्या लेखकाच्या जपणुकीसाठी केलेला स्वार्थीपणा. मला तो सगळा गुंताच महत्त्वाचा वाटतो. समग्र वास्तव समजून घेणं गरजेचं वाटतं. ते पेलवणार नाही, हे तर पहिल्यापासून जाणवत असतं, पण माझी स्वतःपासून सुटका नसते. ते उरावर घेतल्याशिवाय मला चैन पडणार नसते. लेखक म्हणून माझा खूप काळ अंधारात चाचपडण्यात, धडपडण्यात, ठेचकाळण्यात जातो. या सर्व काळात वास्तवाचे पदर इतके पसरत जातात की, आपल्याला काहीच कळत नाही, हेच अधिकाधिक कळत जातं. पण गोष्टी स्वतःपुरता सोप्या करण्यापेक्षा त्या स्वतःसाठी जास्तीत जास्त अवघड करून ठेवणं, हीच जर माझी खोड असेल तर त्यातून माझं लेखन तरी सुटणार कसं?

'काय डेंजर वारा सुटलाय'ही ह्या त्रासातून सुटलं नाही.

१९९५च्या थोडा आधीचा काळ आहे. गिरणी संपानंतर सुरू झालेल्या गिरण्या पुन्हा बंद पडल्या होत्या आणि कामगारांची थकित देणी देण्यासाठी गिरणीमालक आपल्या ताब्यातल्या गिरण्यांच्या जमिनींचा अधिकाधिक हिस्सा विकण्याची परवानगी सरकारकडे मागत होते. सरकारनेही मुंबईच्या शहर विकास नियंत्रण नियमावलीत (डीसी रूल) साळसूदपणे बदल करून व्यावसायिक कारणासाठी एकूण जमिनीचा एक तृतियांश भाग विकायला गिरणीमालकांना परवानगी देताना त्यात निवासी संकुलं उभी करण्याची परवानगी गुपचूप देऊन टाकली. तीच वेळ होती मुंबई महानगरीत रिअल इस्टेटचा धंदा तेजीत येण्याची. जागांना सोन्याचे भाव येण्याची.

हा तोच काळ आहे, जेव्हा राज्यात सत्ताबदल होऊन एक राजकारणी केवळ बिल्डरलॉबी, उद्योजक आणि उद्योगपती यांच्या दबावामुळे राज्याचा मुख्यमंत्री झाला. शिक्षकी पेशापासून सुरुवात करून मुख्यमंत्रीपदापर्यंत पोचलेल्या या माणसाच्या सत्ताकाळात त्याच्याच मतदार संघातल्या अनेक शाळा बंद पडून त्या जागांवर कमर्शियल कॉम्प्लेक्स उभे राहिले.

त्याच काळात मुंबईतल्या मध्यवस्तीत एका पापभिरू मध्यमवर्गीय इसमाचा फ्लॅट बळकावण्याच्या प्रयत्नात संशयास्पद मृत्यू झाला आणि तो खून असल्याचा आरोप होऊन त्या प्रकरणात एका युवा नेत्याचं नाव गोवलं गेलं.

त्याच काळात मी 'लोकसत्ता' या दैनिकात नोकरी करत होतो. एक दिवस दैनिकाच्या कार्यालयात आमचा मुख्य वार्ताहर दुसऱ्या वार्ताहराला सांगताना मी ऐकत होतो की, कुलाबा- कफ परेड भागात लोकांच्या जागा बळकावल्या जातात. पोलिसच हे फ्लॅट खाली करून देण्याची सुपारी घेतात. त्यासाठी त्यांचा रेट आहे पाच लाख रुपये.

मुंबईत लोकांच्या जागा बळकावण्याचे प्रकार पूर्वापार होत होते, पण आता हे लोण वाढत मध्यमवर्गीय निरुपद्रवी लोकांच्या उंबरठ्यापर्यंत आलं होतं.

आणि, आयुष्यात आपल्याला राहायला किमान एक साधी जागा मिळावी आणि ती टिकावी यासाठी जिवाचं रान करणारी माणसं तर मी खुद्द माझ्याच आयुष्यात पाहिली होती. त्यांच्या यातनांचा आणि तडफडाटांचा मी असहाय साक्षीदार होतो.

ह्या सगळ्यातली अस्वस्थता अंगावर घेऊन मी एकांकिका लिहिली. तिने काही काळ मला समाधान दिलं, पण लवकरच मला वाटू लागलं, हे फार फार तोकडं आहे. कारण ही केवळ घुसखोरांची आणि बेघर झालेल्या एका माणसाची गोष्ट नाही, ही या शहराचीही गोष्ट आहे. माझा नाटककार मित्र विक्रम भागवत याच्या आग्रहावरून आणि स्पर्धेच्या गरजेसाठी मी एकांकिकेचं नाटक लिहिलं, तेव्हा त्यात बेघर होणाऱ्या नायकाच्या गोष्टीबरोबर एक कवीही होता. या शहराच्या वळचणीला बसून महाशब्द लिहिण्याचा प्रयत्न करणारा हा कवी रस्त्यावर फेकला जातो आणि तिथेच बसून तो शहराचं शोकगीत लिहू लागतो. हे उतरवताना मनोहर ओकच्या 'मुंबई मुंबई मी तुझ्यातून फाटक्या भणंगासारखा निघून जाईन' ह्या ओळी ड्रमबीटस्सारख्या कानावर आदळत होत्या.

मुंबई तू हरवून बसलीस स्वतःची सिंफनी
किती लपवून ठेवशील आंतर्वाद्य
मला शेवटच्या बिभत्साची गाणी गायचीयेत

या नामदेव ढसाळने मांडलेल्या आकांतातला पीळ मला जाणवू लागला. शाहीर अमरशेखांच्या

सुटला वादळी वारा
वल्हव जोमानं जरा
चल गाठू किनारा

या जोषपूर्ण गीतातल्या वादळी वाऱ्याचा विपरित अर्थ मला दिसू लागला. शाहिरांना अभिप्रेत असलेला 'क्रांतीचा वारा' आज 'भयाचा वारा' होऊन

वाहत होता, जो मला एका तार्किक संगतीने अरुण कोलटकरांच्या 'डेंजर वाऱ्या'पाशी घेऊन आला.

ही झाली नाटकाची पहिली फेज. मधे तीन वर्षांची गॅप पडली. संहितेत एका ओळीची मी भर टाकली नाही, पण डोक्यात विषय धुमसत होता. मी खूप अवांतर वाचत होतो. भटकलोही. दुष्काळी प्रदेशातली स्थिती, तिथून शहरात स्थलांतर करणारी माणसं, शहरात येणारे परप्रांतातले मजूर, नाका कामगार, त्यांचं शोषण, दमन, परप्रांतातून आलेल्यांचा स्ट्रगल हे बघताना वाचताना नाटकाचा नायक दाभाडे याच्या कथानकाबरोबर बबन येलमामे ह्या मराठवाडा-नगरकडच्या दुष्काळी भागातून मुंबईत जगण्यासाठी आलेल्या तरुणाचं उपकथानक आकार घेऊ लागलं. ह्याच आडनावाचा माणूस मला शिर्डीपासून आत चाळीस किमीवर असलेल्या एका दुष्काळी गावात भेटला होता. या मुख्य आणि उपकथानकाच्या दरम्यान जी माणसं नाटकात आली, त्या प्रत्येकाचीच एक गोष्ट उभी राहिली. ही सगळीच माणसं विस्थापित आहेत वा विस्थापित होण्याच्या प्रक्रियेत आहेत, मग ती दाभाडेंची मुलं असतील वा बायको असेल, त्यांच्या घरात घुसलेले गुंड असतील वा इमारतीतले अन्य लोक वा बबन येलमामेच्या आयुष्यात येणारी माणसं. यांना कोण आपल्या जागेवरून हुसकावतंय? नाटकात असा कोणताही एक चेहरा समोर येत नाही. हे जे सर्व विस्थापन चाललंय त्यामागे कुठली तरी एक अक्राळ विक्राळ अदृश्य शक्ती आहे. तिला अनेक जबडे आहेत आणि असंख्य हात आहेत. आपला शत्रू कोण हे माणसांना ओळखता येत नाही आणि त्याचा चेहरा लेखक म्हणून मला दाखवता येत नाही.

माणसं सतत स्थलांतर करत असतात, एकीकडून दुसरीकडे जात असतात, दुसऱ्याच कोणाच्या तरी जागेवर वसत असतात. ह्याचे जागतिक संदर्भ बघत असताना माझ्या लक्षात येत गेलं की, स्थलांतर आणि विस्थापन हे सर्वत्र अव्याहत चालू आहे. या शतकातील जगण्याचा तो अपरिहार्य भाग आहे; किंबहुना या काळाचं ते लक्षणच आहे. आपल्या पायाखालची जमीन टिकवून ठेवणं कठीण होत चाललंय. आपला प्रदेश लोक आपखुशीने सोडतात वा बळजबरीने. त्यांचं प्रस्थापित होणं वा उद्ध्वस्त होणं हे या क्रियेमागच्या कार्यकारणभावाशी निगडित आहे. आणि 'सर्व्हायवल ऑफ द फिटेस्ट' या डार्विनच्या सिद्धान्ताप्रमाणे या धुमश्चक्रीत जो बलवान आहे तोच टिकणार आहे.

आणि अचानक साक्षात्काराप्रमाणे एक सत्य मला गवसलं, या विक्राळ व्यवस्थेत दाभाडेसारख्या निरुपद्रवी माणसांनी नष्ट होणं हेच त्यांचं भागधेय

आहे. माणूस हा मुळातच घुसखोर आहे. सगळा मानवी इतिहास घुसखोरीचा आहे आणि घुसखोरी करतच त्याने आपली इथवरची प्रगती केली आहे. लिओ टॉलस्टॉय म्हणतो, 'प्रगतीवर माणसाचा आंधळा विश्वास आहे. समग्र जीवनाचं आकलन त्याला करता येत नाही आणि ही उणीव तो प्रगतीच्या मागे लागून भरून काढतो.' ह्या प्रगतीच्या पायाखाली दडलेल्या क्रौर्यात किती दाभाडे चिरडले गेले असतील आणि कितीतरी दाभाडे यापुढेही चिरडले जातील.

मला माझं स्टेटमेंट सापडलं होतं. अतिशय दमछाक करणाऱ्या ह्या प्रदेशातून वणवण करत एका मुक्कामापाशी येऊन मी पोचलो होतो. या प्रवासात मी नाटकातल्या माणसांच्या वाट्याला आलेले सर्व त्रास भोगले. त्यांची भीती अनुभवली. प्रत्यक्षात अनेकांच्या आयुष्यात येणाऱ्या, येऊ शकणाऱ्या अशा अनुभवांना तोंड देण्याचं बळ व्यक्ती म्हणून माझ्यात नाही. कदाचित अशा अनुभवात मीही नष्ट होईन. माझ्यासारखा कुणीही नष्ट होईल. दाभाडेच्या जागी तुम्ही, मी, आपण कुणीही असू शकतो ही जाणीव निर्माण करणं एवढंच लेखक म्हणून माझ्या हातात होतं. एक हतबलता लेखनकृतीत उतरली ती अशी.

मात्र या त्रासदायक आशयाची मांडणी करताना रूपबंधासाठी केलेली धडपड, या धडपडीत तोंडावर आपटणं, पुन्हा उठणं, नव्या वाटा शोधणं, रूपबंध दिसेपर्यंत, तो अपरिहार्यपणे समोर ठाकेपर्यंत वाट पाहणं, कधी कधी रूपबंधाचा विचार खुंटीला टांगून सुचेल तसं लिहीत सुटणं हा प्रवास मात्र अतिशय आनंददायी, रोमांचक होता. समोर काही दिसत नसताना अरण्यात भोवंडत राहणं हाही थरारक अनुभव असू शकतो. थोडक्यात, त्रास, निराशा, हुरहूर, अपुरेपणाची जाणीव, आनंद, समाधान अशा परस्पर विरोधी भावनांच्या कल्लोळात मी नाटक लिहिलं आणि एका मुक्कामाला पोचलो. कदाचित हे पोचणं विनोदकुमार शुक्ल आपल्या कवितेत म्हणतात त्याप्रमाणे असेल :

न पोचण्याच्या शेवटापर्यंत वाटते
की आता पोचलोच आहोत
जणू पोचण्याच्या शेवटापर्यंत.

●●●

'काय डेंजर वारा सुटलाय!'चा पहिला प्रयोग 'महाराष्ट्र रंगभूमी' या संस्थेतर्फे गुरुवार, दि. २९ जुलै २०१० रोजी दुपारी ४.३० वाजता गडकरी रंगायतन, ठाणे येथे झाला.

श्रेयनामावली

निर्मिती : महाराष्ट्र रंगभूमी
सहनिर्मिती : पालवी प्रॉडक्शन व रंग-नील
लेखक : जयंत पवार
दिग्दर्शक : अनिरुद्ध खुटवड
नेपथ्य : प्रदीप पाटील
प्रकाश योजना : अनिरुद्ध खुटवड
संगीत : गंधार संगोराम
व्हिडिओ दिग्दर्शन : विनय आपटे
नृत्य दिग्दर्शन : आदेश वैद्य, सिद्धेश दळवी
निर्मिती व्यवस्था : गिरीश अहिरे

कलाकार

सत्यविजय दाभाडे : अनिल गवस
बायको : आभा वेलणकर / मृणाल चेंबूरकर
बंटी : सिद्धेश शेलार
चिंगी : अमृता मापुसकर
निवेदक : अक्षय शिंपी
बबन येलमामे : पूर्णानंद वांढेकर
डॉक्टर/गृहस्थ/कशाळकर/मुख्यमंत्री : संजय देशपांडे
इन्स्पेक्टर : दीपक कदम
पुरुष १ : नितीन भजन
पुरुष २ : राजहंस शिंदे
मुन्ना : निशांत
स्त्री : वैखरी पाठक
हवालदार/भाईचा माणूस : विशाल राऊत
बाजी प्रभाकर देशपांडे : प्रकाश पेटकर
नाडकर्णी : उदय दरेकर
कविता व काव्यांश : अरुण कोलटकर, वसंत आबाजी डहाके, नामदेव ढसाळ, जयंत पवार

अंक पहिला

[एक मोठा स्क्रीन, त्यावर तुडुंब भरलेलं प्रेक्षागृह दिसतं. टाळ्यांचा प्रचंड कडकडाट. मग भव्य रंगमंच स्क्रीनवर दिसतो. त्यावर पोडियम. त्यामागे एक स्त्री आणि एक पुरुष उभे. हे लक्षात यायला वेळ लागू नये की इथे एक मोठा इव्हेण्ट चाललाय. ही दोघं इव्हेण्टची अँकर पर्सन आहेत. आपण पाहतो आहोत ते आता कुठेतरी सुरू असलेल्या मेगा इव्हेण्टचं लाइव्ह रेकॉर्डिंग.]

स्त्री : वेलकम एव्हरीबडी! टू डे वुई आर हिअर टू सेलिब्रेट बिल्डररत्न अॅवॉर्ड नाईट.

पुरुष : ये है पहला बिल्डररत्न अॅवॉर्ड नाईट, जिसका पुरी चमकदमक के साथ आयोजन किया है ऑल इंडिया फेडरेशन ऑफ रिअल इस्टेट इंडस्ट्रीने.

स्त्री : वुई आर प्राऊड बाय सीइंग हिअर ऑनेस्ट प्रेझेन्स ऑफ एमिनंट पर्सनॅलिटीज अॅण्ड सेलिब्रीटीज फ्रॉम पोलिटिक्स, बिझनेस, कॉर्पोरेट वर्ल्ड, अॅडमिनिस्ट्रेशन, फिल्म-टीव्ही अॅण्ड फॅशनवर्ल्ड.

पुरुष : आज हम सम्मान करेंगे रिअल इस्टेट की उन महान हस्तियोंका जिनकी उडान देखकर पवन की सांसे रुकी और गगन भी अचंबित नजरसे देखते रह गया.

स्त्री : बट दे हॅवन्ट बिल्ट अप ओन्ली द स्काय स्क्रॅपर्स, टॉवर्स अॅण्ड मॉल्स बट दे हॅव बिल्ट अप द नेशन (खिदळते-) रजत, व्हाय डोन्च वुई कॉल देम बीग बी?

पुरुष : बीग बी? वो तो सामने बैठे है?

स्त्री : नॉटी. बीग बी मिन्स बीग बिल्डर्स! [प्रेक्षकांतून मोठा हशा.]

पुरुष : सो लेडिज अॅण्ड जण्टलमेन आज की इस बेहतरीन शाम में हम झुमेंगे, नाचेंगे, गायेंगे और झुमते-नाचते गाते हुए पुरस्कारोंकी बौछार करेंगे.

स्त्री : अॅण्ड अॅट द क्लायमॅक्स ऑफ धिस नाईट, अ बिगेस्ट अवॉर्ड

विल बी अनाउन्स बाय अवर चेअरपर्सन ऑफ ऑल इंडिया फेडरेशन ऑफ रिअल इस्टेट इंडस्ट्री... अ लाइफ टाइम अचिव्हमेंट ॲवॉर्ड ऑफ द रिअल इस्टेट मॅन कॉल्ड 'द रिअल मॅन ऑफ द इयर....'

[टाळ्यांचा प्रचंड कडकडाट. स्क्रिनवरचा रंगमंच प्रकाशझोतांनी उजळतो. वादकांचा ताफा. व्हायलिन्सचे सूर. तंग कॉस्च्युम्समधल्या नर्तिका नाचत येतात. प्रमुख स्त्रीवर झोत. ती गातेय. ऑपेरा म्युझिकप्रमाणे तिचे विव्हळल्यासारखे सूर. दोन्ही हात फैलावून म्हणतेय – 'मुंबाय... मुंबाय.... मेरी जान..., वाद्यांचा कल्लोळ. मोठा बँग. काळोख. ठार काळोख.

काळोखात नाटकाची अनाउन्समेन्ट. श्रेयनामावली वाचली जातेय. अनाउन्समेंट संपताच टाळ्यांचा कडकडाट कानी पडतो. बहुधा इव्हेण्टमधलं गाणं संपलं असावं. तेवढ्यात आतमधे आरडाओरडा. दोघंजण एका इसमाला ढकलत, ओरडत शिव्या देताहेत. त्यातला एकजण सुटाबुटातला. दुसरादेखील पार्टीवेअरमधला. मार खाणारा इसम ओरडत नाही, पण त्यांच्याकडे मधूनच रागीट लूक देतो, त्याने सुटातला आणखीनच भडकतो.]

एक : आऊट...आऊट! आय से गेट आऊट. डोण्ट शो मी युवर फेस.

दोन : ए, साले भाग यहाँसे. विबग्योर का नाम खराब करता है साले. (एकला) सर प्लीज मारीये मत. जायेगा वो.

एक : वॉज धिस वे टू बिहेव?... यू वॉन्ट टू स्मॅश अवर इव्हेण्ट? टेल हीम टू क्वीट अदरवाइज...

दोन : साले ये क्या तमाशा है? रायटर की हैसियतसे बुलाया तो बॅकस्टेजपे चिल्लाता है... गाली देता है आर्टिस्ट को?...

एक : (रागाने अंगावर धावून जात-) यू स्काऊंड्रल... आय विल किल यू...

दोन : (एकला अडवत-) सरजी मारीये मत. शो शुरू हो चुका है. फोकटका तमाशा हो जायेगा. जाने दो इसे. वो जायेगा. चल भाग...

[इसमाला ढकलत दुसऱ्या विंगेपर्यंत नेतो. आत ढकलतो. क्षणभर दोघंही बघत राहतात. मग माघारी– विंगेत जातात. ते गेल्याच्या दिशेने बघत इसम येतो. दोघं पुरेसे दूर गेल्याचं बघून मागच्या स्क्रिनकडे बघतो. तिथे इव्हेण्टचं रेकॉर्डिंग सुरू आहे. पण आवाज म्यूट. इसम प्रेक्षकांकडे बघतो. बोलायला सुरुवात करतो. हाच नाटकाचा निवेदक कम सूत्रधार आहे.]

निवेदक : प्लीज... प्लीज नका बघू हे. धीस इज ब्लडी हम्बग. हे सोडून दुसरं काहीही बघा. डोंबाऱ्याचा खेळही याच्यापेक्षा खूप चांगला. ऐका माझं. हे काही खरं नाही. बंडलबाजी आहे. शुद्ध फसवाफसवी. आतमधे हेच ओरडत होतो म्हणून बाहेर काढलं त्यांनी मला. खाईन मी मार, पण हेच सांगीन, नका बघू. (पॉज.) तुम्ही का ऐकाल माझं? पास न मिळालेल्यांसाठी ही अशी स्क्रिनची फुकट सोय करून ठेवल्यावर तुम्ही हलाल कसे? फुकट मिळालं की काहीही बघायची सवयच झालीय ना आपल्याला? मग आपल्यालाच नागवं करून कोणी आपले धिंडवडे दाखवत असला म्हणून काय झालं? आम्ही ते बघणार. मिटक्या मारत, टाळ्या पिटत बघणार. (ओरडतो.) अहो मी लेखक आहे या मेगाइव्हेण्टचा. माती खाल्लीय मी नि ओकलोय. म्हणून सांगतोय बघू नका हे. महाभयंकर आहे. (पॉज. स्वर थोडा नॉर्मल.) रेस्टलेस वाटतंय इथे आल्यापास्नं. जबरदस्त ॲसिडिक रिॲक्शन येतेय. मी तुम्हाला सारखं बघू नका म्हणतोय, ते कशासाठी हे नक्की नाही सांगता येणार मला... पण दुपारी इव्हेण्ट मॅनेजमेंटच्या क्रूबरोबर इथे आलो... इथे आहे तसाच उभा राहिलो, आणि पाहिलं तेव्हा समोर हा मोठ्ठा टॉवर दिसला आणि काळजात एकदम धस्स झालं. तिथेच आमची 'कुसुमकुंज' होती. (पॉज. घशात आवंढा.) कुसुमकुंज. जिथे मी जन्मलो, वाढलो, राह्यलो, बागडलो. (पॉज.) आपण काही आकाशातून नाही पडत. आणि पायाखालची जमीन हाच काही एकमेव आधार नसतो माणसाचा. भोवती भिंती असतात पाठच्या भावासारख्या. डोक्यावर छत असतं बापासारखं... जिवंत माणसं असतात पाठीवर हात ठेवणारी... त्यांना सामावून घेणारी वास्तू असते आदिमायेसारखी. तशी 'कुसुमकुंज' होती आमच्यासाठी. (भावविवश झालेला. मागे कोणीतरी दोन्ही हात फैलावून आकाशाकडे बघत मुक्तपणे गातंय.)

गाणारा : तुझं हे शहर
मला आवडलेलं नाही.
माझा श्वास घुसमटतो तुझ्या उंच इमारतींमध्ये
आणि मला जीव गोळा करून चालावं लागतं...
तुझ्या गल्लीबोळांमधून.

तुझी मैदानं गजबजलेली व्याधींनी,
तुझे बागबगिचे खलबतं कारस्थानांनी,
तुझे रस्ते निर्दय आणि खुनशी डोळ्यांचे
तुझ्या शहरातले हे सुऱ्यांसारखे दिवस
कापत जातात माझं अस्तित्व... (गात गात गिरक्या घेत जातो.)

निवेदक : तुम्हांला 'कुसुमकुंज'बद्दल सांगायला लागलो ना तर मागे जे चाललंय ते विसरून जाल तुम्ही. कुठे गेले असतील सगळे? शिवाजी पार्कच्या कट्ट्यावर रोज संध्याकाळी नेमाने बसणारे सर्वदमन कशाळकडचे ग्रांपा... बाप्पा नाडकर्णी? ब्रेव्ह हार्ट मराठी माणूस बाजी प्रभाकर देशपांडे... कुठे राहत असतील आता? गुप्ते, पाटील, चाफळकर, थर्ड फ्लोअरवरचे खारकर... कुठे असतील? आणि खारकरांच्या बरोबर वर राहणारे फोर्थ फ्लोअरवरचे दाभाडे? ओफ्! दाभाडे! (पॉज.) दाभाडे... अ जेम ऑफ अ पर्सन. कुणाच्या अध्यात नाही की मध्यात. पण भयंकर गप्पिष्ट. त्यांचं म्हणणं एकच, मी सांगतो ती इन्शुरन्स पॉलिसी घ्या. ते ऐकलंत की दाभाडे तुमचे झाले... खरंतर दाभाडे कोण हे अनेकांना माहीतही नव्हतं. पण आम्ही कुसुमकुंजवाले इथनं गेलो ना, तेव्हा प्रत्येकाला माहीत होते दाभाडे. (पॉज.) तुम्हाला मी दाभाडेंची गोष्ट सांगू का? कम्प्लीट इथे (डोक्याकडे बोट) फीट आहे. अ व्हेरी टची स्टोरी. मी सिरियल्स लिहायचो तेव्हा अनेकांना ऐकवली. पण इथे हवीय कुणाला सेन्सिबल स्टोरी? टीआरपी खाली येईल म्हणाले. पण आज तुम्हाला मात्र मी ऐकवणार आहे दाभाडेंची गोष्ट. ऐकाच तुम्ही.

[विंगेतून काळाकभिन्न तरुण येतो. अंगात कळकलेला सदरा. खाली तितकीच मळकी पँट. खांद्याला जुनाट एअरबॅग. हातात चिठ्ठी.]

तरुण : ओ भौ. हा पत्त्या कुटं हाय सांगा बरं. (चिठ्ठी दाखवतो.)

निवेदक : (वाचतो.) हणमंत शिवराळे, शिवाजीनगर, डंपर के सामणे, गो...गोवंडी... अरे भाई ये गोवंडी नही है.

तरुण : शिवाजी नगर हाये ना ह्ये?

निवेदक : शिवाजीनगर? नाय बा! हे शिवाजी पार्क आहे.

तरुण : शिवाजी पार्क? हे काय आसतंय? हित डंपर कुठं हाये?

निवेदक : अरे बाबा तुला गोवंडीला जायचंय. खूप लांब आहे ती. तू आलास कुठून?

तरुण : टिरेनसे आयेला हय. ह्ये बघा टिकीट.

निवेदक : मुंबईत पहिल्यांदाच आलायस का?

तरुण : हां. ना. पाथर्डीवून आलोय. गाववाला व्हता जालन्यावाला. उधरसे गाडी पकडा. वो कल्याण उतरा. हनमंत हाये का नाई तो माजा सगेवाला. म्हणला का ये मुंबयला. तिठं बसून बी काय करणार?

निवेदक : पार रस्ता चुकलास लेका. आता कसा जाशील?

तरुण : जाईन की आलो तसा. तुमी वाट सांगा.

निवेदक : असं कर. इथून सरळ ह्या गर्दीतनं वाट काढत मैदानाच्या बाहेर पड. समोरचा रस्ता पकडून चालत राहा. बस स्टॉप लागेल. चेंबूरची बस पकड. ती संपेल तिथे उतर आणि विचार गोवंडी किधर है. [बरं, म्हणून तरुण जातो. परत येतो.]

तरुण : बारा रुपये पुरतील ना? तेवढे हाईत माज्याकडे.

निवेदक : (खिशातून नोट काढून देत) हे दहा आणखी ठेव. जा [तरुण जातो.]

निवेदक : तर सांगत होतो दाभाडेंची गोष्ट. (निघून गेलेल्या तरुणाच्या दिशेने पाहत) हां. हां... तसाच सरळ जा. मागे वळू नकोस. गेला. लिंक ब्रेकअप करून गेला. तुम्हाला वाटल असेल, गेला. नाही, तसा तो गेलाच आहे. पण तो येणार आहे. पुनः पुन्हा येणाराय. का ते मला नाही सांगता यायचं. दाभाडेच्या गोष्टीशी त्याचा तसा काहीही संबंध नाहीये, पण तो परत परत गोष्टीत तडमडणार. तुम्ही याला हवं तर नॉनकमर्शियल ब्रेक म्हणा. तर... कुसुमकुंजच्या चौथ्या मजल्यावर बेचाळीस नंबरच्या फ्लॅटमध्ये राहणारे दाभाडे. गप्पिष्ट. समोर दिसले की तोंडभरून हसायचे आणि एक तरी गोष्ट सांगायचे. त्या गोष्टीवेल्हाळ दाभाडेंची गोष्ट. ऐकाच तुम्ही. इथे राहायला येणाऱ्या किंवा इथून बाहेर जाणाऱ्या प्रत्येकाने ऐकायला हवी ही गोष्ट. किंबहुना कुठून कुठेही जाणाऱ्या किंवा कुठून कुठेही येणाऱ्याने ती ऐकली पाहिजे. बघा कॅमेरा असा पॅन होतोय मैदानावर. वेळ संध्याकाळची सिक्स टू सिक्स थर्टी. मैदानावर मुलं खेळतायत. मोस्टली क्रिकेट. बॅडमिंटन, जिम्नॅस्टिकही सुरू

आहेत, समर्थच्या पोरांची. कॅमेरा झूम ऑन. आता कट्टा दिसतोय. सिनियर सिटिझन्स दोनचार जणांच्या ग्रुपमध्ये गप्पा मारत, काही रस्त्यावरून कुत्र्याला फिरवत जाणाऱ्या मुलींचे बारकाईने निरीक्षण करण्यात गुंग, काही नुसतेच गप्प – शून्यात. चाळिशीचे पोटोबा शॉर्ट्स, पायात रिबॉक शूज, घामेजलेले भरभर चालतायेत, यंग कपल एकमेकांशी लघुकोन करून बसलेली, एक नूतन आई बाबागाडीतून बेबीला घेऊन चाललीय, रिकामटोळांचं बोलभांड कोंडाळ... अशा वातावरणात फ्रेममध्ये तो इसम येतो. एका काखोटीला ब्रीफकेस, दुसऱ्या हातात खाऱ्या शेंगदाण्याची पुडी. इकडे तिकडे पाहत माणसं हेरत, पण स्वतःच्याच तालात डुलत चाललाय. त्याला घाई नाही कशाची. तुम्ही म्हणाल तर कट्ट्याचावर आत्ताही अर्धा तास बसेल. आणि समजा अवचित कोणी समोर येऊन उभं राहिलं आणि म्हणालं, आपण कोण? तर म्हणेल–

[दुसऱ्या बाजूला स्पॉट येतो. त्यात एक स्थूल चष्मिष्ट, ढगळ पँटीतले गृहस्थ ब्रीफकेस, शेंगदाण्याच्या पुडीसह उभे]

गृहस्थ : नमस्कार, मी दाभाडे. सत्यविजय नरहरी दाभाडे. सेफ इंडिया इन्शुरन्स कंपनीचा डेव्हलपमेंट ऑफिसर. पण लोक मला अजूनही इन्शुरन्स एजंट म्हणूनच ओळखतात. मला नाही वाईट वाटत. तुम्ही जर माझी पॉलिसी घेऊन स्वतःचं लाइफ कव्हर करत असाल तर मला इन्शुरन्स चपरासी म्हटलंत तरी चालेल. आय ॲम डुइंग धीस जॉब फॉर लास्ट थर्टी इययर्स! ह्या तीस वर्षांत हजारो लाइफ्स सिक्युअर करून टाकली. शेकडो कर्ज दिली. रिस्क कव्हर्स मिळवून दिली. कित्येकांचे हप्ते भरले. अनंत स्कीम्स माझ्या या पोतडीत आहेत. बाल–कुमार–प्रौढ–वृद्ध–विधवा–सधवा–कुमारिका साऱ्यासांठी सुटेबल योजना आहेत. हात घालताच तुम्हाला योग्य अशीच स्कीम बाहेर येते आणि तुमच्या चेहऱ्यावर समाधानाचे हास्य विलसते. [लाईट फेड आउट.]

निवेदक : या गोडव्याला लोक भुलतात आणि आजन्म यांचे क्लायंट होऊन जातात. दाभाडेंकडे गोष्टींची काही कमी नाही. दृष्टान्त असे तोंडावर फेकतात. अहो कीर्तनकाराच्या पोटी जन्म घेतलाय ना. मुळात इंदुरी गोडवा. ह्यांच्या वडिलांना इंदौरच्या रामपेठेत नरहरी

सोनार म्हणूनच ओळखायचे. पण ते त्यांच्या लहानपणीच गेले. पेढीवर बसणाऱ्या नाथकाकाने ह्यांना सांभाळलं.

[एक वयस्कर गृहस्थ हातात बाकडं घेऊन धावत येतात. अस्वस्थ. बाकड्यावर टेकतात. उठतात. दूरवर बघतात. हातातल्या पेपराने वारा घेतात.]

निवेदक : हे सर्वदमन कशाळकरांचे ग्रांपा इतके रेस्टलेससे का दिसताहेत? संध्याकाळचा मोरपिशी वारा सुटलेला असताना पेपराने वारा का घेतायत भराभरा?

कशाळकर : (भरभर पुढे येत) काही मोरपिशी वारा नाही सुटलेला. करडी संध्याकाळ आहे ही करडी संध्याकाळ. कट्ट्यावर चार वेगवेगळ्या ठिकाणी बसलो, मैदानाचे सारे कोपरे धुंडाळले, पण बाप्पा नाडकर्णींचा आहे पत्ता? उद्यान गणेशला जातो म्हणून सांगून गेला तो गेलाच. ह्याला शोधू कुठे सांग. छाती फुटून जाईल माझी वाट बघून. आता तर सगळेच उठून चाललेत पार्कातून. मी एकटाच उरेन. (वर बघत) ते बघ पाखरांचे आईबाप पण किलबिलत निघालेत घरट्यांकडे. करडं आकाश डार्क होत चाललंय. आकाश डार्क होत जातं तसं म्हातारपण खायला उठतं. कितीही वारा घेतला तरी गार वाटत नाही.

निवेदक : (प्रेक्षकांना) याला मी काय करू? अशावेळी दाभाडे हवेत. अशा सिम्पटम्सवर त्यांच्याकडे असतो उपाय. दाभाडेंची गोष्ट सुरू करायला ही सिच्युएशन बेस्ट आहे. तेव्हा पहिल्या ब्रीफ इंट्रोनंतर दाभाडेंची ह्या सीनमध्ये एंट्री घडवावी आणि आपण इथून कल्टी खावी... (पळतो.)

कशाळकर : च्यामारी हा पण पळाला. म्हणजे आता इथे मी एकटाच राहणार?

दाभाडे : (प्रकाशात येत) मुळीच नाही. तुमच्याबरोबर सेफ इंडिया राहणार.

कशाळकर : काहीही सेफ नाही. उगाच बाता मारू नका दाभाडे. तुमच्या शब्दावर विश्वास ठेऊन आम्ही पॉलिस्या काढल्या, त्या मॅच्युअर झाल्या आणि आमच्या पोरांनी त्यांचे पैसे खाऊन हजमही केले. आमच्या हातात काय? धत्तुरा! आता जोडीदाराची वाट बघत कट्ट्यावर वेळ घालवायचा. हा भोसडीचा नाडकर्णी येत कसा नाही? साली भीती वाटते.

दाभाडे : कुणी बरं म्हटलंय, जन्म दुःखाचा अंकुर... जन्म शोकाचा सागर... जन्म भयाचा डोंगर... चळेनासा.

कशाळकर : तुम्हाला थट्टा वाटतेय? (पेपर फडकावत) एकट्या दुकट्या राहणाऱ्या म्हाताऱ्यांची दुःखं तुम्हांला कळायची नाहीत. हे वाचा.

दाभाडे : काय आहे ते?

कशाळकर : (वाचत) ऐंशी वर्षांच्या वृद्धाची गळा दाबून हत्या. लॉकरमधले दागिने गायब. नोकर फरारी असून पोलीस तपास चालू आहे. या घटनेने माहीम भागात खळबळ उडाली असून सर्वत्र भीतीचे वातावरण पसरले आहे. आता बोला?

दाभाडे : वृद्धांच्या सुरक्षिततेची हमी देणारी आमची जीवन इतिश्री पॉलिसी घ्या.

कशाळकर : नको. बिलकूल नको.

दाभाडे : आम्ही तुमच्या संपूर्ण संरक्षणाची आणि अवघ्या म्हातारपणाची काळजी वाहू. उठल्यापासून निजेपर्यंत सुरक्षित आयुष्याची हमी देऊ.

कशाळकर : चाललं आहे ते आयुष्य ठीक आहे. आता कशाची हमी नको.

दाभाडे : आयुष्य कसं आहे? एक गोष्ट सांगतो. जंगलातून वाट काढत रमत गमत चाललेल्या एका माणसाच्या मागे वाघ लागला. माणूस घाबरला. पळत सुटला. पळता पळता त्याचा पाय घसरला आणि तो एका अंधाऱ्या विहिरीत पडला. पण त्याच्या सुदैवाने, जवळच्याच झाडाच्या फांदीची जाळी विहिरीत मोडून पडली होती, तिच्यावर जाऊन तो पडला. पण आता त्याला त्या काटेरी जाळीतून हलता येईना. फांदीच्या आधारे वर यावं तर काठावर वाघ दबा धरून बसलेला आणि खाली पाण्यात उतरावं तर काळे सर्प वेटोळे घालून पडलेले. त्या माणसाला वाटू लागलं, काटेरी जाळीतली आहे तीच स्थिती चांगली आहे. आयुष्य असं आहे. काका, जीवन इतिश्री म्हणजे तुम्हाला झेलणारी जाळीच. पण आम्ही त्यातले काटे काढून घेतो...

कशाळकर : (विचारात पडलेले) असं म्हणता?

दाभाडे : मग देऊ दोन फॉर्म? एक तुम्हांला, दुसरा नाडकर्णींना.

[दूरवर गलका. नाडकर्णी घाबऱ्याघुबऱ्या धावत येतात.]

नाडकर्णी : पळा पळा...फॉर्मची सुरळी करा. आधी घर गाठा.

कशाळकर : नाडकर्णी उद्यान गणेशाला गेला होतास ना... झालं तरी काय?

नाडकर्णी : खून... खून झालाय तिकडे पेट्रोल पंपाजवळ. कोणी भाई आहे. लोक पिसाळलेत. प्रसाद पडला. चप्पल तुटली. पळा... पळा आधी.

[आरडाओरडा करत मॉब येतो हातात काठ्या. आरोळ्या दुकानांची शटर्स बंद होतायत.]

प्रमुख : (आवाज चढवत) ओ काका, पुरा एरिया बंद झालाय. कल्टी खायची. शिदा घर गाठायचं. भाई विजय कोटकरांचा मृत्यू झालाय. ईश्वर मृतात्म्यास शांती देवो. शांततामय मार्गानं बंद पाळला जाणाराय. (काठी उगारत) तेव्हा चला. सगळी दुकानं-हाटेलं बंद झाली आयत. उगाच रस्त्यावर रेंगाळून आमच्या भावना दुखवू नका. भाई विजय कोटकरच्या खुन्यांना पकडलंच पायजे. भाई विजय कोटकर अमर रहे. ट्रकवरून प्रेतयात्रा निघणाराय. टायकलवाडीजवळ भाईंवर पुष्पवृष्टी होणाराय. सगळ्यांनी सगळं बंद करून दुखवटा पाळायचाय. शांततामय मार्गानं! अबे हटव भ्यँचोद...

[वृद्ध पळालेले. मॉब काठ्या वाजवत जातो.]

दाभाडे : अहो...अहो....कुठे गेले काका? छॅ. फॉर्म तसेच राहिले. जन्म भयाचा डोंगर... चळेनासा. नाहीतर काय! कोणी एक भाई तिकडे दूर पेट्रोलपंपाजवळ डबल लाईफ कव्हर झाल्यासारखा शांतपणे आडवा होतो आणि इकडे जिवाच्या भयाने माणसं पार्श्वभागाला पाय लावून पळतात? जगा आणि जगू द्या म्हणणाऱ्या बुद्धाच्या या भूमीत कुठल्या निर्बुद्धाने मरा आणि मरू द्या, अशी स्लोगन सोडली? पाठीवर आभाळ पडण्याच्या भयाने पळणाऱ्या सशांनो देव तुमचं कोल्ह्यांपासून रक्षण करो. पळता पळता शहाणपणाचा थोडा जरी वारा तुमच्या कानाला लागला तरी माझ्याकडे या. मी तुमची लाईफ्स सिक्युअर करून टाकीन.

[अंधार.]

[मोबाईलची रींग वाजते. अंधारातच पुढील संवाद झडतात.]

दाभाडे : हॅलो, सत्यविजय दाभाडे स्पिकिंग ...

आवाज : (बाईचा जरबदार) दाभाडे, असाल तसे इकडे या.

दाभाडे : (घाबरत) क...क कोण आपण? मी काय केलंय तुमचं?

आवाज : तेवीस वर्षं संसार केलात माझा. आहात कुठे?

दाभाडे : फूटपाथवर.

आवाज : (मुलाचा, चिडलेला) पप्पा तुम्हाला कळतंय का तिकडे काय झालंय? तिकडे राडा झालाय राडा!

दाभाडे : बंटी?

आवाज : (मुलीचा, त्रासिक) तुम्ही आधी घरी या पप्पा. मी चिंगी बोलतेय. तुम्ही आम्हाला हवे आहात. असाल तसे. आत्ता याक्षणी.

[प्रकाश येतो तेव्हा दाभाडे आपल्या घरात बायको, बंटी आणि चिंगी यांच्या ट्रँगलमध्ये बसलेले दिसतात.]

बायको : बंटी, ह्या माणसाला सांगून ठेव शेवटचं, खिशातला मोबाईल म्हणजे कचकड्याची डबी नव्हे. हा इसम स्वतः कधी कुठे आहे कळवत नाही. मी फोन कर करून दमते, पण ह्याला रिंगटोनही ऐकू येत नाही. करावं काय घरात एकट्या राहणाऱ्या बाईमाणसानं? बाहेर खून होतात, स्टेशनात बाँब फुटतात, एवढ्यातेवढ्यावरनं माणसांना भोसकून मारतात. पण हे पुढ्यातला खड्डाही न बघता फक्त क्लायंटकडे बघत तंद्रीत फिरतात. अशानं हाय बीपी आणि शूगर शूटाऊट झालेली मी एकेदिवशी फाटकन मरून जाईन हार्ट अॅटॅकनं.

दाभाडे : तुझी पाच लाखांची गृहलक्ष्मी पॉलिसी काढलीय.

बंटी : पप्पा, उगाच पीजे मारू नका. एक जबाबदार मुलगा म्हणून बोलतोय...

दाभाडे : बोला.

बंटी : अॅटलिस्ट जेव्हा बाहेर टेन्शन असेल तेव्हा तरी वेळेवर घरी या. दरदर भटकून पॉलिस्या मिळवण्याइतकी परिस्थिती वाईट नाहीयाय आपली. माझा डेलिसोप पुढच्या महिन्यात सुरू झाला की काय प्रॉब्लेमच उरणार नाय. आज शूट नव्हतं म्हणून बरं, घरी तरी होतो. कुठे कुठे शोधलं तुम्हाला! मार्केट, छबिलदासची गल्ली, प्लाझा, शिवाजी मंदिर करत जिथे खून झाला त्या पेट्रोल पंपावरही जाऊन आलो. थँक गॉड.

दाभाडे : खून झालेला मी नव्हतो.

बंटी : आज होतो, उद्या नसेन मी. पुढचे दहा दिवस दीड शिफ्ट लागलीय मढला.

चिंगी : पप्पा तुम्ही उद्यापास्नं सातच्या आत घरात या.

बायको : जिवाची शाश्वती राहिली नाही माणसाच्या.

दाभाडे : या अफवेवरच तर आम्ही जगतो!

बायको : ही अफवा आहे?

दाभाडे : हे गुपित फक्त तुलाच सांगतोय.

बंटी : पप्पा तुम्ही टीव्ही बघता?

दाभाडे : तू टीव्हीवर चमकशील त्या दिवशीच बघीन म्हणतोय बेटा.

बंटी : सीएनएन, बीबीसी म्हणतोय मी. स्टार, एनडीटीव्ही, आजतकच्या बातम्या तरी?

दाभाडे : पूर, भूकंप असेल तर बघतो. शेवटी नैसर्गिक आपत्तीच रे त्या!

बंटी : मर्डर, रायट्स ह्या तर नैसर्गिक आपत्ती नाही ना?

चिंगी : अमेरिकेत नाईन इलेव्हन निसर्गानेच घडवलं का?

दाभाडे : निसर्गानेच! माणसाच्या मेंदूतल्या नैसर्गिक भावनांनी. त्याला रेप्टाईल कॉम्प्लेक्स म्हणतात.

बायको : ह्यांच्यापुढे डोकं आपटलं तरी हे हार जाणार नाहीत बोलण्यात.

दाभाडे : कसा जाईन? तत्त्वज्ञानाचा स्टुडण्ट आहे मी.

बायको : जगाला ऐकवा तत्त्वज्ञान...

दाभाडे : ऐकवतोच. जर्मन फिलॉसॉफर शोपेन हॉवर म्हणायचा, तत्त्वज्ञानाचा जन्म मृत्यूच्या भीतीतून होतो. त्यामुळे ज्याला मरणाची भीती वाटते त्याला मी तत्त्वज्ञान ऐकवतो.

बायको : त्या जर्मन्याला नाही का वाटायची भीती?

दाभाडे : वाटायची तर! अगं मरणाला मरणाचा घाबरायचा तो. पण मिसेस दाभाडे, जगात उत्पात घडतात म्हणून जगायचं कोणी सोडून दिलंय? खून, मारामाऱ्या पार जुन्यायत! आदिम काळापासून आहे हा व्हायलन्स. लोकल गाड्यांत बॉम्ब फुटून माणसांचे लगदे झाले तरी टिफीन घेऊन दुसऱ्या दिवशी माणसं ऑफिसला धावतात. आपण त्यात नव्हतो हे समाधान असतं मनात. आणि माझा विश्वासाय, जो कुणाच्या अध्यात मध्यात जात नाही त्याच्या वाटेत कुणी आडवा येत नाही. नाथकाका म्हणायचा, आम्ही काय कुणाचे खातो रे, तो राम आम्हांला देतो रे.

बायको : त्या नाथकाकाचं कीर्तन लावू नका माझ्यासमोर. त्यानेच हाताला धरून बाहेर काढलं ना तुम्हाला?

दाभाडे : पण मुखावरचं स्मित ढळू दिलं नाही. ते महत्त्वाचं. माणूस समोर आला की तोंड भरून हसायचं आणि निरोप घेताना हात जोडायचे. जातीय तणाव आणि धार्मिक तेढ ह्याबाबतीत न्यूट्रल राहायचं. अंतर्यामी क्लीन असायचं आणि या देशाचा रिस्पेक्टेबल मिडलक्लास बनून जगायचं. आम्ही काय कुणाच खातो रे, तो राम आम्हांला देतो रे. बोला पुंडलिक वरदा हाऽरि विठ्ठल... सत्यविजय महाराज की जय!

[अंधार.]

[स्क्रिनवर दोन व्यक्ती दिसतात. एक बिल्डर, दुसरा प्रमोटर.]

बिल्डर : बहोत बुरी हालत में फसां हूं शर्माजी. इतनी बडी टाऊनशिप खडी की, मगर एक फ्लॅट नहीं बिकता.

प्रमोटर : कैसे बिकेगा? सामने समशान जो है.

बिल्डर : क्या करू बोलो? कंपाउण्ड वॉल बढाऊं? सिमेट्रीमे पेड लगाऊं? या पुरे समशान में ग्रीन लॉन बनाऊं?

प्रमोटर : छी. छी. छी. इससे कुछ नही होगा. आदमी को चिता पर डालके जलाने के बाद जो धुआँ निकलता है उसका क्या करोगे? जली चमडी की बू फैलती है उसे कैसे रोकोगे? बढती पोल्युशन का क्या करोगे?

बिल्डर : इतना बडा एअर फ्रेशनर तो नही है मेरे पास.

प्रमोटर : मैं कहता हूं वो करो. एक बडा जनरेटर बिठाओ. जहा मुर्दे जलाते है वहाँ एक डक्ट लगवावो. सब धुआँ डक्टसे चिमनीमे पास हो जायेगा और चिमनीसे बाहर फेक दिया जायेगा, जिसका डायरेक्शन होगा टाऊनशिप के बराबर अपोझिट.

बिल्डर : वाह! फिर अपोझिट साइडवाले चिल्लायेंगे.

प्रमोटर : एक आवाज नहीं उठेगी मेहतासाब. वहाँ झोपडपट्टी जो है. उन्हे फ्रेश एअर में रहनेकी आदत ही है कहाँ? वे पोल्युशन में ही जी सकते है. पोल्युशन बढाओ... उनकी रेझिस्टन्स पॉवर और बढेगी! (लाफ्टर.)

[स्क्रिन बंद. मघाशी येऊन गेलेला तरुण हाका मारत येतो. दुसरीकडून निवेदक येतो.]

तरुण : ओ भौ, हा पत्त्या कुटं हाय सांगा ब्र.

निवेदक : (वाचतो) शिवाई चाळ, भोईवाडा, परेल. अरे बाबा शिवाई चाळ नाही इथे, हे शिवाजी पार्क आहे. ही चाळ परेलला आहे.

तरुण : हाय ठावं. चिठ्ठीच्या बॅकिंगला बगा.

निवेदक : (चिठ्ठी उलटतो) रामेश्वर प्रसाद... (तरुणाकडे बघत–) अरेच्या! बघितल्यासारखं वाटतयं... आपण याआधी भेटलोय का?

तरुण : तर. मुंबैत आल्यावं हितं पैला पत्त्या तुम्हालाच इचारला व्हता. हनमंत शिवराळे, गोवंडी.

निवेदक : अरे हो. मग, सापडला बरोबर?

तरुण : हां ना, पत्त्या गावला पन हनम्या नाय गावला. दोन दिवस आख्खं शिवाजी नगर धुंडीत व्हतो. दुसऱ्या दिशी एकजन आला नं म्हणे का, हनम्या झोपडं इकून गेला. म्हैना झाला. आपली तं फटिंगच झाली राव.

निवेदक : फटिंग?

तरुण : म्हंजे फाटने. मुंबैत नवं हैत का तुमी? आवो हातभर फाटत नाय का आपली?

निवेदक : मग काय केलंस?

तरुण : दोन दिवस काल्डे रस्त्यावं. पैचानवाला बी कोनी नाय. एकजन कचरा साफ करीत व्हता. मी पाहत बसलो त्याच्याकडं. थोड्या टायमानं तोच म्हने, क्यों बे काम मंगताय क्या? मी म्हणलो, हां. त्यानं धीलं. कचऱ्यातनं घानघून साप करायची. लोखंड, पितल काय घावलं ते वायलं करायचं. ईटा, दगुड, माती वायली. त्याला डॅब्रीस म्हंतात बरं का.

निवेदक : हे करायला तू इतक्या लांबून इथं आलास?

तरुण : तं काय मं? गावाकडं रोजगार हमी वं काम कराया मुकादमाच्या गांडीला सत्रांदा हात लावावा लागतू.

निवेदक : म्हणून गाव सोडलंस?

तरुण : हाय काय त्या भिक्कारड्या गावात? येक पान्याचा टिपूस नाय. रक्खा झालीय. ठोकला शेवटचा रामराम नि पडलो भाईर जगायला. तुमी पत्त्या सांगा.

निवेदक : (चिठ्ठी बघत) डाव्या हाताला मागे पोलीस चौकी आहे. तिथेच आहे हा रामेश्वर प्रसाद कॉन्ट्रॅक्टर.

तरुण : त्यानंच बलिवलंय. कुटं भुईवाड्यात चाळ पडलीय तिचं डॅब्रीस उचलायचंय.

निवेदक : तुझं नाव?

तरुण : बबन येलमामे. निघू द्या आता मला. (जातो.)

निवेदक : नॉनकमर्शियल ब्रेक कॉल्ड बबन येलमामे. हा येत राहणार. का ते मला अजूनही नाही सांगता येणार. सो कट टू दाभाडे. मी काय सांगत होतो तुम्हांला दाभाडेंबद्दल? च्... असं होतं बघा. आपल्याला नको असताना ब्रेक येतो आणि लिंक तुटते. रिकॅप द्यावा लागतो. पण मी असं करतो, तुमच्या समोर एक चंक ठेवतो सीन्सचा. अ व्हेरी पिव्होटल पोर्शन ऑफ द स्टोरी. मागचा तुम्ही, मिसेस दाभाडे आणि मुलांनी दाभाडेंची हजेरी घेतली, तो सीन पाहिलात ना, समजा की हा त्यानंतरच्या एका रात्रीचा प्रसंग. लोकेशन – दाभाडेज हाऊस. कॅरेक्टर श्री. दाभाडे, वाईफ, ॲण्ड...

[अंधार]

[दाभाडेच्या घराची बेडरूम. दाभाडे खिडकीतून बाहेर बघतायत. बायको बिछान्यावर चादर अंथरत कृतीशी समांतर बडबडतेय.]

बायको : रोज रात्री अंथरूणं घालायची आणि सकाळी काढायची. धुणी-भांडी करून जाणाऱ्या बाईवर डाफरत दुपार संध्याकाळ कूकर लावायचा नि टीव्हीवरच्या सिरियलीत कौटुंबिक सुखाची वाफ करून टाकायची, असलं दळभद्री जिणं पदरी आलंय व्हीआरेस घेतलेल्या बाईच्या नशिबी. साधीसुधी शिक्षिका नव्हते, मुख्याध्यापिका झाले असते. कुठून बुद्धी झाली न् घरच्या शाळेची शिपाईण झाले. ऐकताय ना, चिंगी वीस वर्षांची झालीय. लग्नाचं म्हणत नाहीये, फायनल इयर आहे. पुढच्या वर्षी एमबीएला ॲडमिशन घ्यायचीय. केलीय काही तरतूद? पोर माझी रात्र रात्र जागून अभ्यास करते.

[एक कोपरा प्रकाशमान. चिंगी कंम्प्युटरवर टाइप करतेय.]

चिंगी : हाय डिअर जॉन, आयम मॅडली इन लव्ह विथ यू. तुला हे लेटर टाइप करताना रात्रीचा एक वाजलाय कुठे असशील तू या क्षणी? आय नो, पबमध्ये. हे रात्रीबेरात्रीचं फिरणं आता कमी कर. ती लांबुडकी बिप्स तुझ्या आयुष्यातून निघून गेली होती. का तू

पॅचअप केलंसं? आय हेट दॅट वुमन. मी सांगते, तुमचा पुन्हा ब्रेकअप होईल. अॅण्ड देन यू कॉल मी. माझे स्टील्स मी तुला पाठवीन. तुझ्या मम्मी डॅडना मी नक्की आवडेन. पुढच्या वर्षी मॅनेजमेण्टला अॅडमिशन घ्यायचीय. पण तू म्हणशील तर तुझ्या घरची मॅनेजमेंट मी आत्ता बघायला तयार आहे. यू नो, मी हे लेटर एका मराठी न्यूजपेपरमध्ये देतेय... ट्राय टू रीड...

[लाइट फेडाऊट.]

बायको : तुम्हाला पोरीचं काही पडलं नाही. बाहेर काळोखात समुद्र बघत बसाल. बघा. माझा बंटी आहे समर्थ माझं बघायला. दोन महिन्यांत गाडी घेतो म्हणत होता. चारचार सिरियली करायच्या म्हंजे वेळेवर पोचायला नको? घरी मात्र अपरात्री येतो. मला कळतंय हो, या फिल्डमध्ये रात्रीबेरात्रीचीच कामं असतात. पण जिवाला घोर लागतो हो...

[दुसरा कोपरा प्रकाशमान. बंटी मोबाईलवर तारस्वरात बोलतोय.]

बंटी : अरे ए भोसडीच्या, माझे पैसे पैले कधी टाकतोस बोल नायतर आरपार करतो तुला! माहितीये अपरात्री फोन करतोय, साल्या दिवसा कधी उचलतोस फोन? तुझ्या फ्लॅटवर येऊन चड्डी काढीन तुझी, आधी पन्नास एपिसोडचे पैसे टाक! काय? कसले पैसे?... दात तोडून टाकीन भँचोद... दोन घेईन नायतर चार पेग घेईन. शुद्धीवराय मी ...तू त्याचा विषय काढू नको...मीच सोडली बे त्याची सिरियल. तुझा बाप तो. त्याला नडलो तर तुला काय सोडतोय!... जा रे, सगळ्यांनी काढून टाकलं तरी तुमच्या दारात भीक मागायला नाय येणार कामाची, आधी पैसे टाक!

[अंधार.]

बायको : तुम्ही आता येताय की तसेच बसताय समाधी लावून.

दाभाडे : (उठून येत) दोन पोरांचं एवढं छान चाललेलं असताना तुला चिंता कशाची?

बायको : काय कोण जाणे. ते म्हणतात ना, आहे मनोहर तरी गमते उदास. तसं मेलं कायसंस वाटतं.

दाभाडे : उदास वाटलं की तू त्या समुद्राकडे बघ. तो रात्रीचाही खर्ज़ात गाणं गातो. आपण पहिल्यांदा एकान्तात भेटलो ते या समुद्राच्याच

काठावर. दोन कणसं घेतली होती. तेव्हापास्नं मनात प्रश्न आले की मी समुद्राकडे बघतो. मध्यरात्रीसुद्धा.

बायको : नको बाई. मी तर खिडकीच बंद करून टाकते. रात्रीच्यावेळी आयाळ पसरून येणाऱ्या जनावरासारखा वाटतो मला समुद्र. तुम्ही झोपा बघू इकडे येऊन.

दाभाडे : (बेडवर मांडी घालून बसतो. डोळे मिटून हात जोडतो.) हे ईश्वरा, सर्वांचं भलं कर. सर्वांना सद्बुद्धी दे आणि तुझे गोड नाम सर्वांच्या मुखात राहू दे.

बायको : (जांभई देत) घालवू दिवा?

दाभाडे : अगं थांब. तुला एक गंमत सांगायची राहिली. आज एक विचित्र गोष्ट घडली.

बायको : (काळजीने) आता आणखी काय?

दाभाडे : नथिंग सिरियस. बट स्ट्रेंज (पॉज.), ऑफिस साडेपाचला सुटतं. मी अर्धा पाऊण तास जास्त थांबून काम करत बसतो. तर आज ५.२०लाच एक गृहस्थ ऑफिसमध्ये आले. थेट माझ्या टेबलाजवळ.

[टाळ्यांच्या कडकडाट. स्क्रिनवर बिल्डररत्न ॲवॉर्डमध्ये बेस्ट डेव्हलपरच्या ॲवॉर्डची घोषणा झालीय. विजेता ॲवॉर्ड स्वीकारतो. स्क्रीनवरचं दृश्य फेडाऊट. दाभाडेच्या बेडपाशी एक गृहस्थ उभे.]

गृहस्थ : आपण दाभाडे साहेब, होय ना? जरा बोलायचं होत. बाहेर जाऊया का? फार लांब नाही. इथेच.

दाभाडे : (त्यांच्या मागोमाग जात) त्यांनी मला कुठं नेलं माहितेय? एका क्लबात. पत्त्यांचा क्लब.

बायको : बाई गं. म्हंजे जुगार ना? खेळला बिळलात की काय!

[मंद ठेक्याचं संगीत. दाभाडे आणि गृहस्थ एका टेबलाभोवती बसलेले.]

गृहस्थ : तुमचा गुरुवार तर नाहीये ना?

दाभाडे : नाही.

गृहस्थ : कायाय, दर गुरुवारी मी इथे येतो. गुरुवार माझ्यासाठी लकी आहे. अ व्हेरी पायस डे. मीसुद्धा अतिशय धार्मिक आहे. तुमचा नक्की गुरुवार नाही ना?...ज्यो... दो बिअर!

दाभाडे : नाही, मी पीत नाही. बिअर नको.

गृहस्थ : ओके. मग दोन चिकन पॅटिस... (एका बॉक्समधून रंगीत बिल्ले काढून टेबलावर पसरतो.) इथे आल्यावर टेबल घ्यावं लागतं. हे बिल्ले काऊंटरवरून घ्यायचे. याला टेबल घेणं म्हणतात. इथे शंभर रुपये पॉईंट चालतो.

बायको : त्याचं काम काय होतं?

गृहस्थ : सांगतो. हे माझं कार्ड. दाभाडेसाहेब, माझा एक मुलगा आहे. एकुलता एक. माझी टाइल्सची फॅक्टरी आहे. आता तोच ती बघतो. एकदम डॅशिंग आणि लव्हेबल. आयुष्यात काही कमी पडू दिलं नाही त्याला. जे मागितलं ते दिलं. आता मी त्याचं लग्न करतोय.

दाभाडे : अरे वा! छानचाय की.

बायको : अहो, पण हे तो तुम्हाला का सांगत होता?

गृहस्थ : तेही सांगतो. तुम्ही शिवाजी पार्कला राहता? कुसुमकुंजमधे! राईट? चौथा मजला. तुमच्या बेडरूममधून समुद्र दिसतो. माझ्या मुलालाही समुद्र खूप आवडतो. म्हणाला, पपा इटस् माय ड्रीम प्लेस. मला ही जागा हवीय.

बायको :
दाभाडे : } काऽऽय?

गृहस्थ : असं बघा साहेब, तो आता लग्न करणार, छान संसार थाटणार म्हणजे मला त्याच्या पसंतीची जागा घेऊन देणं भागच आहे.

दाभाडे : अहो, पण मला ती विकायचीय असं कोणी सांगितलं तुम्हाला?

गृहस्थ : तुम्ही ती विका.

बायको : तुम्ही सौदा केलात की काय तिथल्या तिथे?

दाभाडे : (बायकोला) दोन मिनिटं ऐकून घे गं. (गृहस्थाला) तुमचा मुलगा टाइल्स फॅक्टरीचा मालक, म्हणजे त्याला डुप्लेक्स बंगला किंवा आलिशान फ्लॅट लागणार. माझी जागा फार मोठी नाहीये. अहो, साडेपाचशे स्क्वेअर फूट!

गृहस्थ : राइट. एवढी लहान जागा निरंजनला नाहीच चालणार. म्हणून आम्ही तुमच्या शेजारच्या पुसाळकरांशी बोलणं केलंय. डिलिंगही झालंय. त्यांचा आणि तुमचा फ्लॅट जोडून घ्यायचाय आम्हाला. सगळं इंटिरियर निरंजनच्या डोक्यात आहे. वास्तुशास्त्रानुसार दरवाजे खिडक्या हलवाव्या लागणार. बाथरुमची दिशा बदलावी

लागेल. ते जाऊ द्या. महत्त्वाची गोष्ट ही आहे की तुमच्या रुमला सी फेस आहे, पुसाळकरांच्या नाही. तेव्हा तूर्त तुमच्याच जागेविषयी बोलू.

दाभाडे : अहो, पण आम्ही जागा विकून करणार काय?

गृहस्थ : सबर्बमध्ये जा ना साहेब. स्वस्त आणि मस्त. तुम्ही आज या इन्शुरन्स कंपनीत ऑफिसर आहात, पण अजून किती वर्षं? आय नो युवर सॅलरी. दोन मुलं आहेत तुम्हाला. सेटल व्हायची आहेत. लग्नाचा-शिक्षणाचा खर्च आहे. आय नो. दाभाडेसाहेब सांगू का, शिवाजी पार्कसारख्या एरियात तुम्ही एक फ्लॅट अडवून स्वतःचंच नुकसान करून घेताय. तुमच्याकडे ही लाखोंची प्रॉपर्टी आहे, बट इट इज अ डेड इन्व्हेस्टमेंट. सांगा, काय उपयोग आहे तिचा? मी तुम्हाला जी अमाऊंट ऑफर करतोय त्यात तुम्हाला आहे त्याहून मोठी जागा आरामात मिळेल, वर पैसे उरतीलही. त्यातून तुम्हांला तुमचे फ्युचर प्लान्स पुरे करता येतील.

दाभाडे : न... नाही.

गृहस्थ : थोडं आतल्या बाजूला गेलात तर ड्रीम प्रोजेक्टस आहेत. थोडं लांब पडेल. पण त्या पैशांत तुम्ही एक एक फोर व्हीलर घेऊ शकाल. किंवा मी माझ्याकडची मारुती देतो तुम्हाला. फार वापरलेली नाहीय.

बायको : अहो हा माणूस गुंडाळतोय तुम्हाला.

गृहस्थ : (मोबाईल वाजतो.) एक मिनिट हां साहेब. घरचा फोन आहे. (उठून बाजूला येऊन बोलू लागतो.) सूं छे मेहता भाई, यू डोण्ट वरी, वोटर कनेक्सन नू काम थय्यू. जोइंट कमिसनरनी साथे हूं बात करी नाकी. ही टोल्ड मी, गो अहेड. अने फायर ब्रिगेडना मेटर हूं टेकल करीश... आवता काले अपोइंटमेट फिक्स करी थाय... ना... आजे ना जमी शके... आ शिवाजी पार्क ना मेटर... जय स्री क्रिष्ण! (फोन बंद करून जागेवर येतो) दाभाडे साहेब तुम्हांला असं वाटत असेल की मी तुमची दिशाभूल करतोय तर ते डोक्यातून काढून टाका. हा एरिया ज्या पद्धतीनं डेव्हलप होतोय ना, ते बघता इथं राहणं भविष्यात तुम्हाला अफोर्डेबल होणार नाही. मी सांगतो तुम्हांला. तेव्हा आज संधी आहे तर विकून टाका ही जागा...

दाभाडे : कसं शक्य आहे ते? सत्तावीस वर्षं राहतोय हो मी जागेत. सवय झालीय मला तिची. तिनेच मला हक्काचा निवारा दिला या शहरात. दिवसभर काम करतो तेव्हा माझं घर असतं माझ्या मनात कायम. ते सोडायचा विचार नाही करू शकत मी... तिच्या भिंती-कोनाड्यांवरच नाही तर अख्ख्या परिसरावर जीव जडलाय माझा. आणि तो समुद्र... त्याला कसा सोडू मी?

गृहस्थ : बी अ प्रॅक्टिकल दाभाडे. समुद्रबिमुद्र असल्या रोमॅण्टिक कल्पना आता आपण डोक्यातून काढून टाकल्या पाहिजेत. अहो, हा समुद्र खरोखरच ज्यांच्या जगण्याचा भाग आहे अशी समुद्राकाठची गावंच्या गावं उठताहेत. ती उठवणं भाग आहे. त्याशिवाय डेव्हलपमेंट शक्य नाही.

दाभाडे : पण मी का वाद घालतोय तुमच्याशी? मुळात आम्हाला ती जागा सोडायचीच नाहीये.

गृहस्थ : (टेबलावर रचलेल्या बिल्ल्यांकडे पाहत) दाभाडेसाहेब, हे टेबल पूर्ण भरलंय. ही किती कॉइन्स आहेत माहिती नाही? खूप. खूऽऽऽप! एका कॉइनचे पाच हजार रुपये. एवढे पैसे मी देईन तुम्हांला.

दाभाडे : (जोरजोरात हसत) साहेब आधी वाटलं होतं, तुमचा विमा उतरवायचाय म्हणून तुम्ही मला इथे आणलंत...

बायको : मग काय म्हणाले?

गृहस्थ : (प्रथमच सिरियस होत) मी उतरवतो तुमचा विमा.

[अंधार.]

निवेदक : त्यानंतर रोज ऑफिस सुटायच्या वेळेस तो गृहस्थ येऊ लागला आणि दाभाडेंना एव्हरशाईन क्लबमध्ये नेऊ लागला. दाभाडे त्याच्या मागोमाग मंतरल्यासारखे जात. चिकन पॅटिस, क्लब सँडविच खात, कोक पित आणि चिडचिडे होऊन निघत. टेबलावर वाढत जाणारी बिल्ल्यांची रास ते एकटक बघत. स्वप्नातही त्यांना बिल्लेच दिसत आणि चिकन पॅटिस आणि कोकने गॅस चढून अपरात्री फटकन झोपेतून जागे होत.

[जातो. मागे बेडरूम उजळलेली. बेडवर उठून बसलेले अस्वस्थ दाभाडे. डीम लाइट.]

बायको : काय हो, काय झालं?

दाभाडे : आज पंधरावा दिवस?

बायको : कशाचा?

दाभाडे : क्लबात जायचा. तुमचा गुरुवार तर नाही ना? त्याने विचारलं. मी म्हणालो नाही. गुड. मग त्याने दोन चिकन पॅटिस विथ कोक मागवले आणि काऊंटरवरून बिल्ले घेतले. असे एकेक रचत म्हणाला, साहेब कायाय, खूप समजावलं मी पण माझा मुलगा ऐकतच नाही. त्याला तीच जागा हवीय. काय करणार? कधी मन मोडलं नाही त्याचं. एकुलता एक आहे. (उसळून) अहो, पण मला विकायचीच नाहीये ती जागा!

बायको : (घाबरून उठून बसते) मग?

दाभाडे : अख्ख्या टेबलावर बिल्ल्यांचा डोंगर. म्हणाला ही लाल कॉइन्स आहेत. आणि एका कॉइनचे पंचवीस हजार रुपये. आता?

[अंधार.]

[धूसर उजेडात कोणीतरी अचानक वेगात पळत येऊन गातंय.]

गायक : अरे तुझी टोपी...
तुझी टोपी गेली खड्ड्यात
कपाळ पहिलं सांभाळ
काय डेंजर वारा सुटलाय
डोसक्यात कचरा... धूळ धूळ डोळ्यांत
साहेबाची खिडकी फुटली
गादीवर काचाकाचा
आपोआप गुंडाळतोय पंजाब्याचा गालिचा
पार्शिणीचा फ्लॉवरपॉट गडबडा लोळतोय
काय डेंजर वारा सुटलाय

दुसरा : (धावत येऊन त्याला मिळतो) खापराला फेफरं भरलं
फडफड करतायत पाखरासारखी
कुलकर्ण्याच्या भिंतीवरल्या डिगऱ्या ठिकऱ्या फरशीवरती
नाऱ्या नाऱ्या तुझा बाप सटकला की फोटोमधनं
मैदानावर जिकडे तिकडे
एसेस्सीचे पेपर
धावत्या मर्सिडिसवर... कडकडाट झाड पडलं.
प्रोफेसरसाहेब तुमची कविता गेली उडत...

तिसरा : (धावत येतो) मास्तर मास्तर बघा कसा
हिसडे मारतोय भिंतीवरती... भारताचा नकाशा
गेला उडत खिडकीबाहेर
डोंगरासकट, नद्यांसकट, खुंटीसकट
गेला सरळ आकाशात...

तिघं : काय डेंजर वारा सुटलाय... काय डेंजर वारा सुटलाय...

[गात ओरडत तीन दिशेला पळतात. आक्रमक संगीत एकदम थांबतं. दाभाडेची बेडरूम. डोअर बेल कर्कश वाजते.]

दाभाडे : (बायकोला ढोसत) अग ऊठ, बघ जरा कोण आलंय...

बायको : (झोपेतच) मांजर असेल.

दाभाडे : दूधवाल्याच्या आधी मांजर येतं का?

बायको : टोप धुवून ठेवलाय रात्रीच. [पुन्हा बेल वाजते.]

दाभाडे : (त्रासिक) धुतलेला टोप घेऊन जा. भैयाला चालतो तो.

बायको : (उठत) काय कटकटाय! अजून आलारामपण नाही झाला. (घड्याळ बघते) हे काय? चारच तर वाजलेत. ही वेळ आहे दूध घालायची? (पुन्हा बेल) आयी रे. रूक जरा. आज आख्ख्या मुंबैला दूध घालणारायस का काय?

[आतून टोप आणते. दरवाजा उघडते. चक्रावते. दारात एक पोक्त पुरुष आणि स्त्री. त्याच्या हातात सूटकेस, खांद्याला एअर बॅग. तिच्या खांद्याला पिशवी.]

बायको : अं?... कोण आपण? कोण हवंय?

पुरुष : लिमये?... आहेत ना लिमये?

बायको : कोण लिमये?

पुरुष : प्रभाकर लिमये. लिमयांचंच हे घर आहे ना?

बायको : नाही. हे दाभाडेंचं घर आहे. नेमप्लेट पाहिली नाही का दारावरची?

स्त्री : बघा. तरी मी तुम्हाला सांगत होते, पण नाही... [पुरुष ऑकवर्ड]

पुरुष : नाही म्हंजे पत्ता तसाच दिलाय. गॅरेजच्या बाजुला, लताकुंज, चौथा मजला...

बायको : लताकुंज गॅरेजच्या त्या बाजूला आहे. शेजारची बिल्डिंग. लिमये चौथ्या मजल्यावर राहतात हे बरोबर...

स्त्री : घ्या. केलात ना घोळ नेहमीप्रमाणे. एवढं सामान घेऊन चार मजले चढलात. आता उतरा. पुन्हा ते चार जिने. मला एक पाऊल पुढे टाकवणार नाही आता...

दाभाडे : (चष्मा लावत बाहेर येत) काय गं, कोणाय? कसली गडबड चाललीय?

बायको : काही नाही. हे लताकुंजमधल्या लिमयांकडे आलेत. पत्ता चुकलेत.

दाभाडे : अर्रर! होतं असं कधी कधी. कळत नाही अंधारात.

पुरुष : हो ना. इतकं जड लगेज घेऊन इथवर आलो. आता परत... ग्लासभर पाणी मिळेल? दोन मिनिटं बसू?

दाभाडे : म्हणजे काय? या ना. बसा इथे थोडा वेळ, दम घ्या.

[बायको पाणी आणायला जाते. दोघंही आत येतात. सामान ठेऊन खुर्चीवर बसतात.]

पुरुष : काय झालं, वलसाड एक्स्प्रेस प्रचंड उशीरा आली. विचित्र वेळेला स्टेशनात उतरलो. सुरतहून आलो आम्ही. तसा मी मुंबईला फार आलेलो नाही. आणि अशा ऑडवेळी तर नाहीच. त्यामुळे जरा गोंधळ उडाला. तशात टॅक्सीवाला भेटला वस्ताद. फिरवत राहिला. अंदाजाने इथं उतरलो. लिमयांची बिल्डिंग सेम अशीचाय. असाच एन्टरन्स....

दाभाडे : हो. हो. चुकायला होतं अनेकांना. घ्या पाणी घ्या. [बायको पाण्याचे ग्लास दोघांना देते] लिमये म्हणजे... ओरिएंटल इन्शुरन्स मध्ये आहेत ते... एस. एस. लिमये.

पुरुष : राइट. तेच. आमचे रिलेटिव्ह आहेत ते.

दाभाडे : मला ठाऊक म्हणजे मी पण इन्शुरन्सवाला. सेफ इंडिया इन्शुरन्समध्ये आहे.

पुरुष : अरे वा! मी काळे. पण मी इन्शुरन्सवाला नाही. (हसतो) माझं स्टेशनरीचं दुकानाय सुरतला. ही मिसेस. हाऊसवाईफ आहे. एक छोकराय तो घरीच राहिला.

दाभाडे : हल्लीची पोरं येत नाहीत हो आईबापाबरोबर. त्यांना लाज वाटते. नाही तर तुम्हाला हे ओझं कशाला नाचवावं लागलं असतं? आमच्याकडेही तेच. चिरंजीवांना तीन जॉब आणले होते. रेप्युटेड कन्सर्नमध्ये. पण त्यांना ॲक्टिंग करायचीय. टीव्हीवर चमकायचंय. गेलेत शूटिंगला हैदराबादला. पुढचे दहा दिवस येणार नाही.

स्त्री : वा! म्हणजे सिरियलमध्ये काम करतात?

बायको : होय. होय.

दाभाडे : होय, असं तो म्हणतो. त्यामानाने आमचं दुसरं कन्यारत्न बरंचसं ऐकण्यातलं आहे. आता उठेल दोन तासांनी कॉलेजला जायला. बाय द वे, तुम्ही सुरतला म्हणजे कुठे? म्हणजे स्टेशन रोडलाच आमचं सेफ इंडियाचं ऑफिस आहे. तिथे जरीवालासाहेब आहेत आमचे सी.ई.ओ. व्हेरी हेल्पफुल पर्सन. कधी लागली गरज तर बेलाशक जा. माझं नाव सांगा. एस.एन. दाभाडे. थांबा माझं कार्ड देतो. (उठून कपाटाकडे जात) पॉलिसी आहे की नाही तुमची? दुकान आहे तुमचं म्हणून म्हणतो. खूप नव्या स्कीम्स इंट्रोड्युस झाल्यात आमच्याकडे, एकदा भेटा जरीवाला साहेबांना... (व्हिजिटिंग कार्ड त्याला देतात)

[तेवढ्यात सफेद कपड्यातला टॅक्सी ड्रायव्हर थेट घरातच येतो.]

ड्रायव्हर : लो! आप इहां बैठे हो आरामसे आऊर हम ऊहां बैठे है झक मारत के साहब अब लौटेंग, अब लौटेंगे....साहब का पताही नही.

पुरुष : अब क्या है? दिया ना भाडा?

ड्रायव्हर : औ साब, काहे का भाडा दिये हो? पैसा छुटवा करनवास्ते बिल्डिंगमा घुसे हो, पंधरह मिलट हुआ निकलने का नाम नाही आऊर कहत हो दिया भाडा?

पुरुष : पचास का नोट दिया है मैंने.

ड्रायव्हर : झूट नाही बोलने का. भाडा दो कम नब्बे रुपया हुआ है मीटर के हिसाब से. पांच नही बजा है तो देढ भाडा देना पडेगा. पचास रुपया दिया था तुमने फिर वापीस लिया, सौ छुट्टा लाने का वास्ते. झूट नही बोलने का.

स्त्री : दादर स्टेशन से इतना भाडा होता है क्या रे? कितना घुमाया.

ड्रायव्हर : अरी आपको पता ठीक तऱ्हासे मालूम नाही तो हमरा का गलती? सिरफ मैदान मैदान करत रही...अरी हमने नाही, आपने घुमाया हमको.

दाभाडे : काय झालं? क्यो चिल्ला रहे हो?

ड्रायव्हर : हम चिल्ला रहाँ हूँ दिमाग ठिकाने पे है का? आपका मेहमान भाडा नहीं दी रहे हमरा आऊर आप हमकाही डांटे हो?

पुरुष : मी भाडं दिलंय. आता एक पैही देणार नाही. लोकांना लुटायचे हे धंदे थांबव आणि चालायला लाग.

बायको : बरोबराय, एक पैसा देऊ नका ह्यांना. हे टॅक्सीवाले भैये लुटायलाच बसलेले असतात.

ड्रायव्हर : (संतप्त) ए बाई, किसको भय्या बोल रही है रे, बहेनचोद सीधा बात किया तो जाती पे आती है.

पुरुष : आवाज खाली घे. आवाज खाली घे. (उठलेला)

ड्रायव्हर : नही लेता. क्या उखाडेगा?

पुरुष : (त्याची कॉलर धरत) मी ऐकून घेणार नाही.

स्त्री : अहो, सोडा त्याला.

पुरुष : नाही सोडत.

ड्रायव्हर : तू क्या नही छोडेगा, भडवे ऐसा नही सुनेगा...

[दोघांची जुंपते. एकमेकांना फटाफट मारतात. दाभाडे मधे पडतात.]

दाभाडे : अहो काळे सोडा त्याला, मी देतो पैसे. ऐ ड्रायव्हर हात नही उठानेका...

[आता दोघं दाभाडेनाच मधे घेतात. त्यांच्यावर हात पडतात. ड्रायव्हर दाभाडेंना ढकलतो. ते फेकल्यासारखे पडतात. त्याचवेळी एकजण हातात काठी घेऊन पळत येतो. ओरडतोय. धाडकन दार लावतो.]

आगंतूक : ए भेणचोत दाभाड्या, रूम खाली कर, तुझ्या आयची... [सन्नाटा. दाभाडे भेदरून गेलेत. बायकोही चक्रावलेली.]

आगंतूक : ए हटाव. (दाभाडेला) ए चल उठ. उठ. रूम खाली कर पैली.

दाभाडे : कोणायस? कोणायस तू? आधी बाहेर हो. दार उघड.

आगंतूक : नाय उघडत. काय श्याटं उखडतोस माझी?

बायको : ए शिव्या देऊ नको. चालता हो इथनं.

आगंतूक : चूप! थोबाड बंद ठेवायचं.

दाभाडे : (उठत) ड्रायव्हर, ये तुम्हारा पैसा लेव. जाव. काळे, ह्या माणसाला घालवूया.... हा कोणीतरी चोर बदमाश आहे. [सगळे रोखून बघतायत] असे बघताय काय सगळे? हा लफंगाय... ए भाई ड्रायव्हर पैसा दिया ना, जाव. [ड्रायव्हर परत ढकलतो] कोणायस तू? कोण आहात तुम्ही?

पुरुष : दाभाडे तो बरोबर बोलतोय.

दाभाडे : काय बोलताय काळे तुम्ही?

पुरुष : (चष्मा काढत, इन शर्ट उसकून बाह्या दुमडत-) कोण काळे?

दाभाडे : (धक्का बसलेला) अहो तुम्हाला लिमयांकडे जायचंय ना?

पुरुष : कोण लिमये? (खिशातून डायरी काढत पानं उलटतो) रूम नं. ४२, एस. एन. दाभाडे. सज्जन पापभिरू, एका गालावर मारलं तर दुसरा गाल पुढे करणारे! राइट? अशी इन्फर्मेशन यात आहे.

दाभाडे : (ओरडून) ओ मिस्टर, तुम्ही कोण आहात?

पुरुष १ : तुम्ही कोण आहात... या जागेचे?

दाभाडे : मी मालक आहे. बऱ्या बोलाने बाहेर व्हा. हे सज्जन माणसाचं घर आहे.

पुरुष १ : आहे माहिती. असं लिहिलंय या डायरीत.

बायको : अहो ही लुटारूंची टोळी दिसतेय. गुंड आहेत हे... नजरा बघा त्यांच्या.

स्त्री : (पिकल्या केसांचा विग काढत) गुंड कोणाला म्हणतेस गं? देईन उलट्या हाताची.

दाभाडे : ए बाई, माइंड युवर टंग.

पुरुष ३ : ए फुकटचोट, इंग्रजी फाडू नको, कानाखाली गणपती काढीन.

दाभाडे : कळेलशा भाषेत बोला...

पुरुष ३ : (अंगावर जात) ए भडव्या, तुझ्या आयला....

पुरुष १ : (त्याला खेचत) व्हायलन्स नकोय मला. (सर्वांना इशारा) ए हटाव... सब सामान हटाव!

दाभाडे : अरे काय लावलंय काय? मी बोंबाबोंब करीन. पोलिसांना बोलवीन. हात लावू नका कशाला.

[घुसखोर उत्साहात येऊन सामानाची फेकाफेक करू लागतात. म्युझिक सुरू होते. गाणे.]

घुसखोर : इकडून तिकडे तिकडून इकडे
हलवून टाक सामान हलवून टाक
    टेबलावर स्टुल स्टुलावर खुर्ची
    खुर्चीमध्ये पाट छोटा बसवून टाक अरे बसवून टाक
कपाटाला खांदा वर उचलायचा वांधा
बेडकरून आडवा त्यावर तीन मोडे चढवा
टीव्ही नसेल बसत तर फोडून टाक चल फोडून टाक
    सामानांची दाटी उशागाद्यांची वळकटी
    पार आडवी घालून काठी
    डबेडुबे काचसामान चेपून टाक चल चेपून टाक

फेड कपडे ओढ हँगर कम्प्युटरचा माऊस
मिक्सर आणि ग्राइंडरमध्ये क्रश करून टाक यार क्रश करून टाक
दोन तासात घर खाली चार तासात सुपडासाफ
शानसे धतिंग करा सब गुन्हे माफ
अख्खी मुंबै बापाची घेऊन टाक चल घेऊन टाक.

[हे सर्व सुरू असताना]

बायको : चांडाळा, टीव्ही फोडशील माझा...

दाभाडे : ए ठेव ती बॅग माझे पेपर्स आहेत महत्त्वाचे.

चिंगी : आईऽऽ कपाट... माझा पीसीओऽऽऽ

[असे ओरडत तिघे इकडेतिकडे धावताहेत. दाभाडे फोनपाशी येत डायल फिरवतात.]

दाभाडे : हॅलो... हॅलो पोलीस स्टेशन?

फोन : धिस नंबर इज टेम्पररिली डिस्कनेक्टेड.

बायको : लागला?

[दाभाडे परत डायल करतात.]

फोन : धिस टेलिफोन नंबर इज नॉट व्हॅलिड.

बायको : लागला?

दाभाडे : चूप! सारखं लागला लागला करू नको.

चिंगी : (कानाला मोबाईल. रडतेय.) आई, बंटीदादाला लागत नाहीये.

बायको : परत लाव. नेमका ह्याचवेळी शुटिंगला जायचा होता. असता तर थोबडावला असता त्याने एकेकाला. अहो लागतोय का?

दाभाडे : (डायरीत बघत) नंबर तर बरोबराय!

बायको : मग खेचत जाऊन आणा त्यांना. हे काय चाललंय?

चिंगी : चाफळकर, गुप्तेंना बोलवा पपा. देशपांडेना फोन करा.

दाभाडे : हो करतो. नाइट होती त्याची.

बायको : असू दे. उठवा. तुम्ही बोलताय की मी जाऊन आणू पोलिसांना?

दाभाडे : थांब, लागला. हॅलो... हॅलो पोलीस स्टेशन?... हॅलो (पलीकडून भली मोठी जांभई) हॅलो पोलीस स्टेशन? मी सत्यविजय दाभाडे... ऐकतायना?

पलीकडून : ऐकतोय ऐकतोय... काय झोपा नाय काढत. बोला.

दाभाडे : इन्स्पेक्टरसाहेब आहेत का?

पलीकडून : मं आत्ता कोणाशी बोलताय?

दाभाडे : नाही, माहीत नाही.

पलीकडून : इन्स्पेक्टर चाबूकस्वार.

दाभाडे : नमस्कार. साहेब एक कम्प्लेंट द्यायची होती.

बायको : लगेच या म्हणावं. पाचजण घुसलेत.

दाभाडे : (तिला हाताने थोपवत) साहेब, भल्या पहाटे माझ्या घरात पाच माणसं घुसलीत.

इन्स्पे. : काय पत्ताबित्ता आहे की नाही तुमच्या घराला?

दाभाडे : आहे साहेब. ४२, कुसुमकुंज, शिवाजी पार्क, आरके गॅरेजच्या बाजूला. साहेब चार वाजले होते. बेधडक घुसले. मला, माझ्या बायकोला दमदाटी करून सामान हलवतायत घरातलं. मला मारलं त्यांनी.

इन्स्पे. : रॉबरीची केस दिसतेय. तुम्ही लगेच फोन का नाही केलात?

दाभाडे : केला साहेब. लगेच केला. उशिरा लागला. तुम्ही लवकर या साहेब.

इन्स्पे. : दोन मिन्टं होल्ड करा जरा. एसीपी साहेबांना इन्फॉर्म करतो.

[दाभाडे रिसिव्हर पकडून. पलीकडे आळोखे पिळोखे दिल्याचा आवाज. 'जाधव जरा सुखा मळ रे,' 'सक्काळी सक्काळी खिटखिट तिच्यायला,' 'साहेब तीच केस काय?' असे संवादही कानावर पडतात.]

बायको : येतायत ना?

दाभाडे : इन्स्पेक्टर मोठ्या साहेबांशी बोलतायत.

[घुसखोर रोखून बघताहेत. स्त्री चहाचा ट्रे आणते. प्रत्येकाला कप देते.]

स्त्री : चहा घ्या चहा, आल्याचा चहा, एकदा साऱ्यांनी चाखून पाहा.

पुरुष २ : आल्याचा? आपल्याला गेल्याचा चा पायजेल.

पुरुष १ : चार दिवस थांब. मग गेल्याचा चहाही देतो तुला. अख्खी बाटली भरून...

[सगळे जोरजोरात हसतात. दाभाडेची बायको डिस्टर्ब.]

बायको : अहो त्यांना सांगा, त्यांनी चहापण केलाय....

दाभाडे : (फोनवर) साहेब आता ते किचनमध्येपण घुसलेत. चहा केला त्यांनी... (पलीकडे कोणी नाही. गप्प.)

मुन्ना : ये चाय पीके मुन्ना बहुत खुस हुआ...

स्त्री : (लाडात येऊन गाते) शायद मेरे शादी का खयाल दिल में आया है... इसिलिए मम्मीने मेरी तुम्हे चायपे बुलाया है....

मुन्ना : तोहसे ज्यादा तेरी मम्मी को जल्दी है क्या?

[सगळे हसतात. स्त्री लटक्या रागाने त्याला मारायला धावते.]

पुरुष १ : मुन्ना इस बात पर एक ज्योक होजाय.

स्त्री : ए, मेरे उपर मत मारना ज्योक...

मुन्ना : तू तो मेरी ऐसोरया है री...

पुरुष २ : ए, वो मेरी है. काट डालूंगा भोसडीके.

मुन्ना : अबे हट सलमान....

[सगळे खिदळतायत. उड्या मारतायत. स्त्री मुन्नाला मारते.]

पुरुष १ : साले ज्योक सुना बोला ना. भाई का ऑर्डर है (मोबाईल दाखवतो.)

मुन्ना : अभै तो बोलनाही पडेगा. सुनो, ऐसोरया की बात बोलता हूं. वो बैठी थी इक पेड के निचे थकी भागीसी. हाथ में कोक की बाटल थी. धीमे धीमे सीप मारत रही. उसही पेडसे इक चिंटा अपने लडके के साथ उपर उपर चढ रहा था, की, लडके का पाँव फिसल गया और वो गिरा सीधे कोक के बाटल में, जो ऐसोरया के हाथ में थी. बेचारी ऐसोरया को पता ही न था. वो खुदही में मगन थी. उसे देखकर उपरसे चिंटा क्या चिल्लाया? बोलो क्या चिल्लाया?

स्त्री : क्या?

मुन्ना : (जोरात) अरी ओ ऐसोरया तुम्हारे कोक में मेरा बच्चा है... (सगळे हसतात)

इन्स्पे. : (रिसिव्हरवर येत) हॅलो, दाभाडे ना? तुमची कम्प्लेंट... सिरीयस मॅटर आहे.

दाभाडे : मग येताय ना साहेब?

इन्स्पे. : येतो. एसीपी साहेबांनी रॅपिड ॲक्शन घ्यायला सांगितलीय. पण त्याआधी तुम्हाला इकडे यावं लागेल.

दाभाडे : का?

इन्स्पे. : प्रॉब्लेम्स असतात साहेब. दोन व्हॅन्स आहेत आमच्याकडे. पण आत्ता एकही नाहीये जवळ. सगळ्यांना आजच राडे घालायचे होते मायला. एकीकडे खून झालाय, दुसरीकडे दोन गटात हाणामाऱ्या. सगळा फोर्स डिस्ट्रिब्युट झालाय. प्लीज तुम्ही इकडे या आणि कम्प्लेंट लॉज करा. प्लीज...

[दृश्य फेडाऊट. निवेदक येतो.]

निवेदक : काळजावर दगड ठेवून दाभाडे घरी बायको आणि मुलीला ठेवून पोलीस स्टेशनला पोचले तर तिथे इन्स्पेक्टरचा पत्ताच नाही. साहेब वॉश घ्यायला आणि प्रातर्विधी आटपायला बाहेर गेले ते चहाबिहा घेऊन दाढी करून सव्वातासाने परतले. दाभाडेंना कागद देण्यात आला. तक्रार लिहिताना तीनदा खाडाखोड झाली. साहेब खेकसले. दाभाडेंनी मन कठोर केलं आणि अर्ज पुरा केला. अर्ध्या तासाने गाडी आली. साहेब निघाले. पाठोपाठ दाभाडे. हरिअप! हरिअप!!

[विंगेतून एका माणसाचा जीवघेणा आक्रोश. कुणीतरी मारत असल्याचा आवाज. एक हवालदार बबन येलमामेला झोडपत आणतो.]

बबन : मला सोडा ओ...तुमच्या पाया पडतो. गरीब माणूस हाय... काई केलं नाई मी.

हवालदार : काय केलं नाही? (फटकावत) भडव्या पाकीट मारायला पायजे? दुसऱ्याची कमाई खायला पायजे? गांडीतली सगळी चरबी उतरवतो भँचोद.

निवेदक : अहो, अहो काय करताय? का मारताय?

हवालदार : ओ, आपलं काम करा!

बबन : (निवेदकाकडे बघत) आवो भाऊ, तुमी वळिखता नं मला? मी बबन येलमामे... सांगा ना ह्यानला... मी चोर नाई.

हवालदार : ए, भाडखाव... खोटं बोलतोस! चल लॉकअपमधी टाकतो.

बबन : (निवेदकाच्या पायाला मिठी मारत) साहेब ठेसनाच्या फायरीवं झोपलोतो, ह्यांनी दांडकं घालून उठिवलं.

निवेदक : कामावर होतास ना डेब्रीस साफ करायच्या?

बबन : काहाडलं त्येंनी. झोपडीवाला बी ठून घिना. साहेब, ह्यानला सांगा मी चांगला पोरगा हाये...

निवेदक : अहो, हा खरंच चांगलाय.... मी ओळखतो ह्याला.

हवालदार : ए भाव, जा ना आपल्या वाटेने. मधे पडलास तर पोलिसांच्या कामात ढवळाढवळ करतो म्हणून पैला तुला ठोकीन.

[बबनला खेचत मारत नेतो. चाल ए गांडो, तुझ्या गांडीत बांबू घालतो चा...ल... बबन विव्हळतो. हवालदार त्याला नेतो.]

निवेदक : अहो खरंच चांगलाय तो... हवालदार साहेब, सोडा त्याला. (प्रेक्षकांना) तुम्ही पण पाह्यलंयना त्याला. तो पाथर्डीचा पोरगा- बबन येलमामेयू.... (क्षणभर सुन्न उभा. मग सावरतो.) कट टू दाभाडे. साडेपाच वाजता पोलिसात गेलेले दाभाडे सात वाजता फौजफाट्यासह घरी येतात. आणि पाहतात तर काय?...

[जातो. दाभाडे पोलिसांसह येतात. दचकतात. कारण बायको-चिंगी व्हरांड्यात भयभीत उभ्या. घरातलं सगळं फर्निचर व्हरांड्यात रचून ठेवलंय. रूममधे घुसखोर कॅज्युअल ड्रेसवर, रिलॅक्स होऊन पत्ते खेळतायत, रेललेले. शेजारी दबकत डोकावताहेत. दाभाडेंना पाहताच बायको-चिंगी रडू लागतात.]

बायको : किती वेळ लावलात! त्यांनी सगळं सामान बाहेर काढलं. आम्हाला हुसकावलं.

दाभाडे : (हबकलेला) बघा, बघा साहेब, त्यांनी कब्जा घेतला घराचा. त्यांना बाहेर काढा.

इन्स्पे. : ओह आयसी! ही मजल गाठली हरामखोरांनी. वहिनी रडू नका. आम्ही आलो आहोत ना.

[बेल वाजवतो. आतले सावध. पुरुष १ तोंडावर बोट ठेवतो.]

इन्स्पे. : ए, दरवाजा खोल! काय तमाशा लावलाय मादरचोत.

[पुरुष १ दरवाजा उघडतो. चेहरा संभावित.]

इन्स्पे. : काय रे काय चालवलंय तुम्ही लोकांनी? इथे आलात कसे? सामान कोणी बाहेर काढलं ह्यांचं? फटाफट उत्तर दे नायतर फोडून काढीन.

पुरुष १ : बरं झालं तुम्ही आलात, साहेब. आता तुम्हालाच फोन लावत होतो.

इन्स्पे. : ह्यांची कंम्प्लेंटाय, तुम्ही बळजबरीने ताबा घेतलाय यांच्या घराचा. खरंय हे?

पुरुष १ : काय बदमाष माणूसाय साहेब! बायको आणि पोरीला घेऊन पहाटेच दारात येऊन बसलाय सामानासकट. घरात घुसायला बघतोय.

दाभाडे :
बायको : } खोटंय हे. ही आमची रूम आहे.

पुरुष २ : (पुढे येत-) सायब, ह्याच्या साद्या चेऱ्यावर जाव नका. डेंजर माणूसाय.

इन्स्पे. : हा कोण?

पुरुष १ : माझा भाऊ आहे, सख्खा. आत त्याची गरोदर बायको आहे.

[पोट वाढलेली स्त्री डुगूडुगू चालत येते. पोटात कळ येऊन विव्हळते.]

पुरुष २ : तुला त्रास होईल बोललो ना, चल आत पड. हालचाल करायची नाय, सांगितलाय ना डॉक्टरांनी. चल. (तिला धरून आत नेतो. चटईवर झोपवतो.)

बायको : साहेब हे खोटंय. मघाशी अशी नव्हती. पोटात काहीतरी घातलंय तिने.

इन्स्पे. : वहिनी, आम्हाला असं पोटबीट नाही चेक करता येत. आम्हाला तशा ऑर्डर्स नाहीत. आम्ही रूम चेक करतो. (आत येत–) हे काय, तुमचं सामान कुठेय?

पुरुष १ : सांगतो काय साहेब, दोन दिवसांपूर्वी इथे आलो. पाच वर्षं फ्लॅट बंद ठेवला होता. हे असले प्रकार शिवाजी पार्कसारख्या सभ्य माणसांच्या वस्तीत होत असतील, असं वाटलं नव्हतं. आम्ही सुशिक्षित आहोत. मी डबल ग्रॅज्युएट आहे. माझा गार्मेंटचा व्यवसाय आहे. हा भाऊ अकौंटंट आहे.

बायको : ए, तुझं थोबाड बंद कर नालायका.

[गरोदर स्त्री जोरात विव्हळते.]

पुरुष १ : बघा साहेब, ही नवरा बायको पहाटेपास्नं नाही नाही त्या शिव्या देतायत....

दाभाडे : खोटं बोलू नको! साहेब, इथला कुठलाही माणूस सांगेल ही रूम माझीच आहे. माझी दोन्ही मुलं इथेच झाली. थोरला मुलगा शूटिंगला गेलाय.

बायको : तो असता तर ह्यांची काय बिशाद होती.....

इन्स्पे. : एक मिनिट! ही रूम तुमच्या मालकीची असल्याचा तुमच्याकडे काय पुरावा आहे?

पुरुष १ : साहेब, पुराव्याशिवाय बोलत नाही. कायदा आम्हालाही समजतो थोडाफार. (आतून एक फाईल आणून इन्स्पेक्टरला देतो. दाभाडे चक्रावलेत.)

दाभाडे : (बायकोला–) आपले पेपर्स कुठायत?

बायको : कसले पेपर्स?

दाभाडे : फ्लॅटचे. फ्लॅट आपल्या मालकीचा असल्याचे...

बायको : ते कुठनं येणार? भास्करकाकांचा नि आपला तोंडीच तर व्यवहार झाला होता. रूम अजून त्यांच्याच नावावर आहे...

दाभाडे : बापरे! मेलो! अगं तेच तर महत्त्वाचे होते. (लगबगीने इन्स्पेक्टरपाशी जात) साहेब त्याचं कायाय, म्हंजे जरा प्रॉब्लेमचाय. ह्या इथे मी सत्तावीस वर्षं राहतोय. पण त्या आधी हिचे काका इथे राहायचे. ते वीस वर्षांपूर्वी अमेरिकेला गेले. जाताना हिला रूम देऊन गेले. ही मुलगीच होती मानलेली.

इन्स्पे. : मला पेपर्स दाखवा हो जागेच्या मालकीचे.

दाभाडे : तेच तर सांगतोय. ही रूम त्यांच्या नावावर आहे. हिच्या काकांच्या...

इन्स्पे. : म्हणजे तुमच्या नावावर नाही?

दाभाडे : अं, हो... म्हंजे ऑफिशिअली नावावर नाही, पण...

पुरुष १ : घ्या.

इन्स्पे. : ह्यांच्याकडे प्रूफ्स आहेत, पाच वर्षांपूर्वी त्यांनी रूम विकत घेतल्याचे पेपर्स दाखवलेत मला...

दाभाडे : कसं शक्य आहे?

इन्स्पे. : वाटल्यास तुम्ही बघा. भास्कर हिर्लेकरांकडून सत्तावीस लाखाला जागा घेतलीय.

बायको : (हिस्टेरिक) खोटंय... खोटंय हे. फसवतायत हे लोक. (आत स्त्री विव्हळते.)

दाभाडे : इम्पॉसिबल आहे साहेब. भास्करकाका टेक्सासला जाऊन वीस वर्षं झाली.

पुरुष १ : खरंय साहेब. पण ते पाच वर्षांपूर्वी भारतात आले होते. एक मध्यस्थ आहेत परांजपे म्हणून. त्यांनी गाठ घालून दिली. व्यवहार झाला. हिर्लेकरांना लगेच परतायचं होतं. पैसे रोकड हवे होते. मी दिले.

दाभाडे : ही बनवलेली स्टोरी आहे. काका आलेलेच नाहीत. साहेब, मी त्यांचा नंबर देतो. तुम्ही बोला. हा माणूस बदमाश, लुच्चाय.

पुरुष २ : (अंगावर जात) ए लुच्चा कोणाला म्हंतो रे? एक कांपाटात देयन.

बायको : ये... दे. दे ना.... तुझा बाप आला पाहिजे.

इन्स्पे. : बाई पॅनिक होऊ नका. प्रश्न कायद्याचाय. यांचे पेपर्स ऑथेन्टिक आहेत.

दाभाडे : साहेब असं करू नका. या जागेत आम्ही राहतो. गेल्या वर्षी कलरपण काढला होता.

इन्स्पे. : (मोठ्याने-) प्रूफ्स ... पुरावे! पुरावे!

दाभाडे : आणतो, साहेब आणतो. सत्तावीस वर्षं राहतोय. दर महिन्याच्या दोन तारखेला भाडं, मेंटेनन्स, सर्व्हिस चार्जेस नेमाने भरतोय. त्यांच्या रिसिटा आहेत ना. (बाहेर येत बायकोला-) आपल्या पावत्या कुठायत गं मेंटेनन्सच्या?

बायको : कुठे म्हंजे? टेबलाच्या ड्रॉवरमधे असतात सगळ्या.

दाभाडे : चिंगी बेटा, तो ड्रॉवर उघड. (चिंगी टेबल शोधतेय. सामानाच्या गराड्यात त्याचा ड्रॉवर आतल्या बाजूला गेलाय)

चिंगी : पपा, ड्रॉवर आतल्या बाजूला गेलाय, नाही उघडता येणार.

दाभाडे : कसा नाही येणार? मूर्ख! काढ ते सामान. (सामान ओढायची व्यर्थ खटपट)

बायको : राहू द्या ड्रॉवर लॉक केला असेल.

दाभाडे : मग किल्ली कुठेय त्याची?

बायको : माझ्याकडे असते का?

दाभाडे : (खिसे चाचपत) मग काय माझ्याकडे असते? एक गोष्ट जागेवर नसते तुमची.

इन्स्पे. : (बाहेर येत) काय सापडतात का तुमची रिसीट्स्?

दाभाडे : साहेब, ह्या लोकांनी सामान असं टाकलंय ना, सगळ्य महत्त्वाच्या गोष्टी आत अडकल्यात.

इन्स्पे. : (पारा चढलेला) इट्स इनफ नाव! मी तुम्हाला भला माणूस समजत होतो. तुमचा गरीब चेहरा बघून मदतीला धावलो. पण तुमच्यातच काहीतरी पाणी मुरतंय.

दाभाडे : भलतंच काय बोलताय साहेब. आम्ही साधी माणसं आहोत. सेफ इंडियात मी डी. ओ. आहे. हे बघा कार्ड. हे पॅन कार्ड. हे बँकेचं एटीएम कार्ड.

इन्स्पे. : रेशनकार्ड दाखवाल का?

दाभाडे : अं? दाखवीन!...प..पण ते कॅन्सल झालंय. आम्ही वापरत नाही.

इन्स्पे. : मग पासपोर्ट?

दाभाडे : छे! पासपोर्ट कुठला? देश सोडून गेलोच नाही कधी...

इन्स्पे. : ड्रायव्हिंग लायसन्स?

दाभाडे : नाही...

इन्स्पे. : म्हणजे एकही पुरावा नाही तुमच्याकडे जागेच्या मालकीचा.

दाभाडे : देईन साहेब. हे सामान आत नेलं की सगळे पुरावे देईन.

इन्स्पे. : नथिंग डुईंग. तुम्ही यांची जागा बळकवायला बघताय असा त्यांचा आरोप असताना मी तुम्हाला सामान आत न्यायची परमिशन देऊ शकत नाही.

[दाभाडे हादरतात. बायको आणि चिंगी रडू लागतात.]

दाभाडे : (शेजाऱ्यांकडे निर्देश करत) तुम्ही ह्यांना विचारा. हे सगळे माझे शेजारी आहेत. चाफळकर, गुप्ते सांगा यांना... पुसाळकर तुम्ही सांगा.

इन्स्पे. : (सर्वांना) हे बघा, मला तुमच्याकडून स्पष्ट आणि खरं मत हवंय. या गृहस्थाने मला जागा त्याची असल्याचा एकही पुरावा दिलेला नाही. रूममधे जे आहेत त्यांच्याकडे प्रूफ्स आहेत. मला सांगा, तुम्ही यांना ओळखता? ही जागा यांची आहे? (शेजारी चूप. भेदरलेले.) बोला पटकन, घाबरू नका... आय सी! म्हणजे तुम्ही यांना ओळखत नाही.

[एक इसम बाह्या सरसावत आक्रमकपणे येतो. हे देशपांडे.]

देशपांडे : कोण भडभुंजे घुसलेत दाभाडेच्या रूममधे? बाहेर खेचा त्यांना.

इन्स्पे. : तुम्ही कोण?

देशपांडे : बाजी प्रभाकर देशपांडे. टेनन्टस असोसिएशनचा सेक्रेटरी आहे मी. साहेब ही काय तरी चालबाजी दिसतेय. ही रुम दाभाडेंचीच आहे. वहिनी, रडू नका.

इन्स्पे. : तुम्ही कशावरून सांगताय ही रूम दाभाडेंचीच आहे?

देशपांडे : सोसायटीचं रजिस्टर आणून दाखवू? साहेब आपला मराठी माणूसाय.

इन्स्पे. : मराठीपणाचं राहू द्या हो. आतले लोक पण मराठीच बोलतायत. पण हे कोणी एक चकार काढत नसताना तुम्हीच का एवढे शिरा ताणून बोलताय. तुमचं काही ठरलेलं नाही ना?

देशपांडे : उगाच भल्तेसल्ते आरोप करू नका. ह्यांची मुलं आमच्या घरात वाढलीत. मी ह्यांच्यामागे उभा राहीन. तुम्ही यात वेळीच हस्तक्षेप करा नाहीतर ह्यांना घेऊन गृहमंत्र्यांकडे जाईन मी.

इन्स्पे. : आवाज खाली करा. गृहमंत्र्याची भीती कोणाला दाखवताय? (मोबाईल वाजतो. इन्स्पेक्टर येस सर...येस सर...करत बोलतो.)

इन्स्पे. : (आवाजात मार्दव) दाभाडे, इकडे या. (देशपांडेना) तुम्ही तिथेच थांबा. (दाभाडे येतात) हे बघा, प्रॉब्लेम कॉम्प्लिकेटेड झालाय. तुमच्या बाजूने एकही साक्ष नाही की पुरावा.

दाभाडे : पण देशपांडे...

इन्स्पे. : ते एकटेच. तेवढं पुरेसं नाही. तुमच्याकडे रेंट रिसीट्सही नाहीत.

दाभाडे : (सैरभैर) थांबा साहेब देतो. आत्ता देतो. (सामानांकडे झेपावून झटापट करतात. टेबल वळवण्याच्या प्रयत्नात काहीतरी अंगावर कोसळतं. इन्स्पेक्टर शांतपणे हाताची घडी घालून, तर घुसखोर मिश्कीलपणे बघत राहतात. शेजारीही बघ्यासारखे उभे. दाभाडे महत्प्रयासाने टेबल वळवून ड्रॉवर उघडण्यात यशस्वी. भरभर चाचपतात. त्यांच्या हाताला रिसीट्स् लागतात. आनंदाने त्या घेऊन इन्स्पेक्टरपाशी येतात.) साहेब... साहेब म्हणालो होतो ना, ह्या बघा भाडे पावत्या. दर महिन्याच्या दोन तारखेला रूमचं भाडं दिलेलं आहे... बघा. बघून घ्या आणि हाकला त्यांना...

बायको : (वर बघत हात जोडते) देव आहे जगात. चला आम्हाला आत जाऊ द्या.

[सगळे टेन्स. इन्स्पेक्टर पावत्या निरखून बघतो. घुसखोरांचा चेहरा उतरलेला.]

इन्स्पे. : ओ.के. (हवालदारांना) घ्या रे एकेक सामान आत. नीट उचला.

देशपांडे : साहेब, शेवटी सत्याचाच विजय होतो.

इन्स्पे. : तुम्ही चला आता आपल्या घरी...

[चिंगी-बायकोच्या चेहऱ्यावरचा ताण हलका. शेजारी पांगतात. दाभाडे देशपांडेना मिठी मारतात.]

देशपांडे : गृहमंत्र्याचं नाव घेतल्यावर आला की नाही वठणीवर. आफ्टर ऑल मराठी माणूस टिकला पाहिजे. उद्या मुख्यमंत्र्यांकडे जावं लागलं तरी बेहत्तर. आपला डायरेक्ट जॅक आहे. माझ्या मित्राच्या भावाचा साडू त्यांचा पीए आहे.

दाभाडे : देशपांडे, उपकार विसरणार नाही.

देशपांडे : दाभाडे, शेजारधर्म आहे. अर्ध्या झोपेतनं उठून येईन. (जातात.)

इन्स्पे. : (घुसखोरांना-) ए चला, आत. एकदम आत. (गरोदर स्त्रीच्या ढुंगणावर काठी मारत.) उठ. नाटकं नको.

[ती सरळ उठून लगबगीने आत जाते.]

पुरुष १ : तुम्ही आमच्यावर अन्याय करताय साहेब. आम्ही सरळ माणसं...

इन्स्पे. : अन्याय बिन्याय काय ते कोर्टात सांगा. इथे आवाज कराल तर मुस्काट फोडीन. दाभाडे, ही बाहेरची रूम तुमची. इथे तुम्ही आणि तुमचं सामान.

दाभाडे : आणि आतली रूम?

इन्स्पे. : वा! तुम्हाला सगळंच पाहिजे काय? एक तर रूम नावावर नाही. राहत असल्याचे पुरावे नाहीत. उपकार समजा, आतली रूम त्यांना दिलीय. दोघांनी सेपरेट राहायचं. भांडायचं नाही. काय त्रासबिस दिला त्यांनी तर इमिजीएट फोन करा. सरळ करतो. चला रे.

[इन्स्पेक्टर, हवालदार जातात. दाभाडे बायको मुलीसह हतबल उभे.]

चिंगी : आई, आत जायला मिळणार नाही आपल्याला?

बायको : काय हो, उभे का शुंभासारखे? ती आतली रूम त्यांना दिलीय?

दाभाडे : (बधीर.) हूं.

बायको : हूं हूं करू नका. जा. धावत जाऊन बखोट पकडा त्या हलकट इन्स्पेक्टराचं आणि खडसून विचारा, आमच्या जागेची वाटणी करणारा तू कोण रे? माझी जागाय. त्यातला एक तुकडा मी देणार नाही कोणाला... अहो जा ना! माझा बंटी असता तर काय बिशाद होती त्यांची आत घुसायची? बंटी... माझ्या बंटी धावत ये रे. घात केलानी माझा... घात केलानी...

चिंगी : आई, रडू नको ना... आई!

[ह्या दृश्यावरून प्रकाश मंदावतो. अंधारातून दाभाडे पुढे चालत येतात.]

कोरस : सावल्या हरवलेली माणसं
होतात पोरकी या बेरकी शहरात
घुमतो दिनरात
आवाज घुसमटीचा
भोसकला जातो चाकू वाहत नाही रक्त
फक्त... आवाज कवटीचा.

[दाभाडे प्रेक्षक सन्मुख. दर्याची गाज. जणू समोर समुद्र पसरलाय.]

दाभाडे : ह्या शहरात पहिल्यांदा आलो, एकटा एकटा होऊन जीव कातरत फिरलो आणि थकून भागून तुझ्यासमोर बसलो तेव्हा किती मायेने

साद घातली होतीस समुद्रा! वाटलं होतं इथे नाही निभाव लागणार ह्या किड्यामुंग्यांच्या गर्दीत आपला. नाथकाकांनी घराबाहेर काढलं. आपल्यांनी नाकारलं, मग जे आपले नाहीतच ते का नाही ठोकरणार? तुझ्या कुशीत येऊन बसलो, रडलो धाय मोकलून आणि कोरडा होत बघत राहिलो तुझ्याकडे. तुझं विराट रूप बघता बघता वाटू लागलं, दगड, धोंडे, कातळ, वाळू, वेली, वनस्पती, किडेमकोडे, शंखशिंपले, कासवं, सर्प, मासे लहान मोठे, शार्क जहाजाएवढे आणि अनंत कोटी थेंब तुझ्या पोटात विश्वासानं सामावले जात असतील तर मी का नाही सामावून जाणार ह्या शहरात? धीरानं उभा राहिलो. नव्हतं ठाऊक की मला इथेच घर मिळेल. त्या घरावरती मी आतड्याची माया केली. न्हाऊमाखू घालत पोराला वाढवावं तसं त्याला सजवलं... ते माझ्या धमन्याधमन्यांतून पसरलं, शरीराच्या कणाकणात मुरलं, ते कसं ओरबाडून काढू? माझ्या असण्याचे दोन भाग कसे करू? दोन वेळचं अन्न, भरंवशाची नोकरी हक्काचा निवारा आणि रात्रीची शांत झोप एवढंच हवं होतं मला. खूप सुरक्षित वाटत होतं. तू ऐकतोयस ना रे समुद्रा, मग सांग सर्वांची लाइफ्स सिक्युअर करता करता मीच कसा इनसिक्युअर झालो? (विकलपणे उभा. समुद्राची गाज वाढते. पडदा.)

अंक दुसरा

[मोठ्या स्क्रिनवर बिल्डररत्न अवॉर्ड नाइटचे लाइव्ह टेलिकास्टिंग दिसते आहे. गलका. टाळ्या. डायसवर ॲकरिंग करणारी जोडी.]

अँकर पु. : मलायकाजी आपने तो कमाल कर दिया. आपको नाचते हुए देखकर ऐसा लग रहा था के हम सिक्स्टी स्टोरीड टॉवर के टेरेस पर खडे है और चांद हमारे बिल्कुल सामने झूम रहा है... [टाळ्या. शिट्ट्या.]

स्त्री : ॲण्ड नाव बिग हॅण्ड्स फॉर नेक्स्ट अनाउन्समेंट ऑफ बिल्डररत्न अवॉर्ड फ्रॉम वेस्टर्न रिजन.. गेस हू इज धीस?

पुरुष : कोई पूछे तो आप जरूर कहेंगे, हम अंग्रेजों के जमाने के बिल्डर है! जी हां, आपने प्रेरणा ली है ईस्ट इंडिया कंपनीसे. जिसने सात आयलंड्स मे विभाजित मुंबई को खाडी में भराव डालकर जोड दिया, उसीका आदर्श सामने रखकर हमारे दूरदर्शी नेताओं ने दक्षिण मुंबई में बॅक बे रेक्लमेशन बनाया और ठिक उन्ही के कदम पर कदम रखकर आपने पश्चिम उपनगर में बडा एम्पायर खडा किया...

स्त्री : नंदा रत्नानी! डायरेक्टर ऑफ रत्नानी बिल्डर्स. मे आय रिक्वेस्ट टू द शेरीफ ऑफ मुंबाय टू कम ऑन स्टेज ॲण्ड गिव्ह धीस प्रेस्टिजियस अवॉर्ड टु नंदा...

[टाळ्यांचा प्रचंड कडकडाट. निवेदन चालूच आहे. निवेदक येतो तसा आवाज कमी.]

निवेदक : नका बघू. नका बघू! अहो मघापास्नं कानीकपाळी ओरडून सांगतोय ना! काय आपलं चाललं होतं? दाभाडेंची गोष्ट ऐकत होतात ना? त्यात रंगून गेला होतात ना? ...तुम्हाला काय वाटलं, माझा वेळ जात नाही म्हणून मी सांगतोय गोष्ट? तुमचा टाइमपास करतोय? टीव्हीवर चॅनल्स सर्फ करता तसं इथे करू नका. थोडे दाभाडे... थोडा इव्हेण्ट. पूर्ण लक्ष द्या. ही फक्त दाभाडेंची गोष्ट

नाहीये. तुम्हाला वाटलं असेल, संपली दाभाडेंची गोष्ट. एकदाचे गेले ना घरात आपल्या. राहतील कसे तरी. (पॉज.) पण अशी संपत नसते कुठलीच गोष्ट. बाहेरच्या एका रूममध्ये दाभाडे आणि त्यांची फॅमिली सुखाने राहिली असती तर कशाला ही मगजमारी करावी लागली असती? ॲण्ड दे लिव्हड् हॅपिली एव्हरआफ्टर, असं म्हणून मीही घरी गेलो असतो. पण असं नाही होत हो. प्रश्न असे अर्धवट पिकलेल्या फोडासारखे ठसठसत राहतात. मला सांगा ना, काय झालं असेल हो त्या निष्पाप माणसाचं? जो कुणाच्या अध्यात मध्यात जात नाही त्याच्या वाटेत कुणीही आडवा येत नाही, यावर नितान्त श्रद्धा असलेल्या जिवाची परिस्थितीने अशी पाचर मारल्यानंतरही आयुष्याबद्दल तीच धारणा असेल? सांगा ना, त्या खाष्ट पण भोळ्याभाबड्या बायकोचं, ग्रॅज्युएशनच्या फायनल इयरला असलेल्या चिंगीचं काय झालं असेल? बंटी कसा रिॲक्ट झाला असेल ह्या सगळ्यावर? भीती वाटते या प्रश्नांना फेस करण्याची. तुमच्याप्रमाणे मलाही टेन्शन येतं. आणि ते सहन करण्याची सवय मोडलीय. पण काय करणार? आता आहे काही सुटका? (पॉज.)

आता आपण दाभाडेंच्या घराकडे वळताना अशी वेळ निवडू, जेव्हा दाभाडे घरात नसतील. आलेल्या पेचप्रसंगावर तोडगा काढायला, ह्याला त्याला भेटायला ते बाहेर गेलेले असतील. आणि असंही बघू की सीन डायरेक्ट चिंगी किंवा मिसेस दाभाडेंवर सुरू होणार नाही. (जातो.)

[दाभाडेंचे घर. एका बाजूला मिसेस दाभाडे सोफ्यावर आडव्या झालेल्या आणि चिंगी शेजारच्या खुर्चीत बसून पुस्तक वाचताना दिसतात. आता रंगमंचाच्या सेंटरला आहे फ्लॅटची आतली रूम. जिथे घुसखोरांचे हसणे, खिदळणे, पिणे सुरू आहे.]

पुरुष १ : ए थांबा. चिअर्स करू नका. खुषखबर आहे. भाईकडून दावत आली आहे. (चामड्याचा एका बॅगेतून एकेकाकडे पुडके फेकतो.)

पुरुष २ : किती हायत?

पुरुष १ : मोजून बघा, दोन दोन आहेत.

मुन्ना : इ का? सिरफ दुई? दुई से का होगा? पाँच बोला था न भाई?

पुरुष १ : मुन्ना, तू हमेशा रोता रहेगा भोसडीका. मिलेगा पाँच. पैला ये तो खा.

पुरुष २ : भाई आपल्याला पैशे नको... मोठ्या भाईला सांग आणखी पंचवीस फ्लॅट खाली करतो, आपल्याला शिवाजी पार्कला एक जागा दे बस...

पुरुष १ : अबे गांडो, राजवाडा बांधणारा गवंडी बोलतो काय रे मला पण राजमहालात एक खोली पायजे? (त्याच्या गालावर हलकेच चापट मारतो.)

पुरुष २ : हीऽ हीऽ हीऽऽ... आयटेम, भाईला चकली दे.

स्त्री : खाना मिलेगा, पिना मिलेगा, भाई की शादी मे चकली मिलेगा... [नाचत गात पुरुष १ च्या मांडीवर बसून त्याच्या तोंडात चकली घालते.]

मुन्ना : ए ऐ सोरया, तोहरे वास्ते ज्योक सुनाता हूं.

स्त्री : नै. पैले गाना. गाने के साथ पिना.

पुरुष २ : नाय. पैला ज्योक. मी सांगतो.

स्त्री : मुन्नाला सांगू दे.

पुरुष २ : काय मुन्ना मुन्ना? मी सांगतो. ऐक. मुन्नाचाच सांगतो. मी आणि मुन्ना चाललो व्हतो. फुल तराट. हलेडुले करता करता दोघांचे बी पाय घसारले.

स्त्री : क्या बात है!

पुरुष २ : पाय घसारले पण मी पडलो चिखलात आणि मुन्ना पडला गुळाच्या पाकात

मुन्ना : बहुत अच्छे.

पुरुष २ : आता साफ करायचा कसा? मं मी लागलो मुन्नाला चाटायला न् मुन्ना लागला मला चाटायला...

स्त्री : ए हट्. शी! शी! घाणेरडा. मुन्ना तू गाना सुना...

मुन्ना : सुनाता हूं री. पैला पेग तो भर. (स्त्री ग्लास भरते.) अब हमारी ऐसोरया की फर्माइस पर इक गाना. उसके पैले ये च्युतिया के नाम पे इक डायलाग.

पुरुष २ : बोल मेरे पप्पू.

मुन्ना : (पोझ घेत.) जब दूर गांव मे बच्चा सोता नही, तो माँ उसे कहती है बेटे सो जा... सो जा, नही तो गब्बर आयेगा – अब दूर दूर सहर में जब माँ-बाप सो जात है तो बेटा कहता है, पापा सोना नही, नही तो बिल्डर आयेगा...

सगळे : क्या बात है? बहोत खूब. झकास!

मुन्ना : एफ.एम नाइंटी नाइन पाइंट नाइन पर ये जोक भेजा था जोहनपूर के मुन्ना बिमारूने और उनहीकी फर्माइस पर पेस हो रहा है ये गाना.

[हे होत असताना चिंगी बेडरूम पास करून आत जाते. सगळे डिस्टर्ब.]

पुरुष २ : आयशप्पत कडक आयटम हाय...

पुरुष १ : काकडी आहे काकडी. मोडून खायची कटकन.

स्त्री : (उठत) ही आत का गेली? आपल्या खोलीत घुसली. थांब मी बघते रांडेला.

[ती आत जाते. स्तब्धता. अचानक किंकाळी. स्त्री ओरडते. भांडी पडल्याचे, काहीतरी फेकून मारल्याचे आवाज. चिंगी जिवाच्या आकांताने धावते आहे. स्त्री तिच्यामागे पळते. चिंगी बाहेरच्या रूममध्ये येऊन आईला मिठी मारते. दाभाडेची बायको भेदरून तिला कव्हर करते. घुसखोर तिथे आलेले.]

स्त्री : (मनगट चोळत) हरी, धर तिला. रांड चावली साली. पकड ना. घे बदला.

बायको : खबरदार पाऊल पुढे टाकशील तर... माझ्या पोरीच्या केसाला धक्का लावायचा नाही.

पुरुष २ : तुमच्या आयला, केस भादरून टाकीन दोघींचे. माझ्या बायकोला चावते?

चिंगी : (रडत.) आई, बाथरुममध्ये जात होते तर हिनी केसाला धरून खेचलं.

स्त्री : तुझ्या बापाची बाथरूमाय वाट्टेल तेव्हा जायला?

बायको : ए, लहान पोर आहे ती...

स्त्री : हरी, खेच तिला, बघूया किती लहानाय?

पुरुष २ : (झेपावतो. चिंगी किंचाळते.) लहान? साली साटकन गाभण ऱ्हायल. ये घेतो तुला. मुन्ना ये पकड मायला...

बायको : मी किंचाळीन. ओरडून बिल्डिंग गोळा करीन. व्हा मागे. व्हा मागे.

[दोघीही आकांताने ओरडत राहतात. घुसखोर थबकतात. मागे फिरतात.]

पुरुष २ : (जाता जाता गर्रकन वळून) सटव्यांनो किती वरडाल? वरडून वरडून घसा बसेल तेव्हा येईन आणि हिला आख्खी सोलून खाईन. (जातो.)

[बायको-चिंगी गारठलेल्या. घुसखोर आपल्या जागी येतात. पुरुष १ स्त्रीच्या मनगटाला मलम लावतो आहे. मुन्ना ते पाहतो.]

पुरुष १ : मुन्ना क्या देखताय, शुरू कर गाना.

पुरुष २ : अबे गा ना भोसडीके.

मुन्ना : (ग्लास झटक्यात संपवतो.) ये कोई फिल्लम का सांग नही है. छोटा था मुल्क में इहां वहा घुमता था तब जंगल मे इक पगला मुंडा गाया करता था. जंगल जल रहे है, पहाड मे आग लगी है...

निवेदक : दाभाडे बाहेर दरदर भटकतायत. नगरसेवकाला भेटतायत, अपोझिशनवाल्यांच्या ऑफिसात जातायत. पोलिसात ओळखी काढतायत. सगळीकडे बघू या, पाहू या, करू या. ऑफिसने रजा मात्र तातडीने संक्शन केली. साहेब म्हणाले, घरीच आराम करा. घरी येऊन पाहावं तर भीतीचं ताट हे असं वाढून ठेवलेलं आणि तिकडे हैदराबादला बंटीबाबाचं शूटिंग दोन दिवसांनी वाढलेलं (जातो.)

मुन्ना : (गातो.) जंगल जल रहे है
पहाड में आग लगी है
प्रिय चुहा तुम अपने लिए शिशम के पेड पर घर बनाना...
नदियाँ सूख रही है
स्रोत सूख रहे है
प्रिय खेकडा तुम अपने लिए पत्थर का घर बनाना.
लोग तुम्हे पकड सकते है
लोग तुम्हे दबोच सकते है
प्रिय चुहा तुम अपने लिए शिशम के पेड पर घर बनाना
लोग तुम्हे पकड सकते है.
लोग तुम्हे जला सकते है
प्रिय खेकडा तुम अपने लिए पत्थर का घर बनाना
जंगल जल रहे है... पहाड में आग लगी है...

[गाणे सुरू असताना अंधार.]

[प्रकाशात बबन येलमामे स्वतःशीच बडबडत उभा दिसतो.]

बबन : च्या मारी ह्या सुध्याच्या. कुटवर वाट पहावी ह्याची? त्योच म्हनला का धाच्या ठोक्याला येतो शिवाजी पार्काच्या मैदानपास थाम. भडवा बसला आसल समशानात दुर्वा उपटत. नाय तं काय?

निवेदक : बबनराव, काय पुटपुटणं चाललंय?

बबन : सुध्या वो. दादरच्या समशानात म्हने धाव्वा-बारावा का काय ते घालाय भडजीपास मान्सं येत्यात. भडजी पीठाचं गोळं बनवून धुनी पेटवितो. त्याला म्हणे बोटात घालाय न् शेंडीत चिकटवाय दर्भ लागतो. दर्भ म्हंजी गवताच्या काडीची आंगटी बरं का. त्ये सुध्या उपटतो न् भडजीला आनून दितो. कव्हा कव्हा लई पार्ट्या येत्यात नि मंग आख्खा दिवस उपटावं लागतं. सुध्या म्हनतो, मुताय टैम नाय गावत.

निवेदक : (प्रेक्षकांना) देवाने पाठवल्यासारखा हा बबन येलमामे भेटला. चिंगीच्या त्या एपिसोडने खूप त्रास दिला. नाही झेपत इतका ताण. वाटलं, ह्या क्षणी रिलिफ पाहिजे. फालतू भंकसही चालेल. अहो आम्ही सिरियलमध्येही इतका ताण देत नाही. आणि लोकांना उगाचच हसायला आवडतं यावर माझा पूर्ण विश्वास आहे. नेमका ह्याचवेळी बबन भेटावा ह्या योगायोगाला काय म्हणावं? खरं तर मागच्या घटनेनंतर आता भेटताना मी खजिलच झालो होतो.

बबन : आं हां. काई स्वारीबिरी वाटून घिऊ नका. लई रगाडलं भाड्यानं. पन आता काई वाटत नाई बांबू खान्याचं. तीनदा आत जावून आलोय. पन आता शेफ हाये बरं का. आता त्यो हवालदार आला तं त्यालाच कारल्याचा रस खाऊ घालीन.

निवेदक : कारल्याचा रस?

बबन : मं. तुमी बी या ना. बोरोलीला संजय गांधी उद्यान म्हणून हाये. तिठं पार्काच्या भाईर बबलू पांडेची दोन टेबलं हायेत. एकाव मी हुबा ऱ्हातो. नीम, तुळस, अद्रक, आवळा, गाजर, गहू, कोकम, कारला, असा सगळा मामला. कोंचाबी रस घ्या, धा रुपे गिलास. फाटंला हुबं ऱ्हायाचं नि पाह्याचं. ही बाप्या न बाया मान्सं येत्यात पॉट न् ढुंगाण सुटलेली. दिवसभर मोटारी फिरवित्यात न सक्काळी

चालून चालून घामटा गाळित्यात. च्या मारी बघनं बी हुतं न वर बबलू पांडे ईस रुपे बी दितो.

निवेदक : म्हणजे झकास चाललंय म्हण की तुझं?

बबन : ईस रुप्यात कसलं बोडख्यांचं इयाक चालतंय? ते चालंना म्हनून तं इथं आलो. त्यो... सुध्या धायमोड्या न्हाई का आपला दोस्त? तो नाक्याचा फास काडून दिनाराय वळखीनं.

निवेदक : नाक्याचा पास?

बबन : म्हंजे नाक्याव हुबं ऱ्हायाचं.

निवेदक : ते कशाला?

बबन : सोताला इकायला! लय गायरान आसतं म्हने मान्सांचं. मान्सं येत्यात आन मजूर उचलत्यात. भाव पाडून मागत्यात. पन आपला रेट फिक्स ठिवायचा. (थांबतो.) पन तुमी कावून यावडी चवकशी लावलीय? आता मी तुमाला इच्चारतो, आपन काय करिता?

निवेदक : अं... मी... अरे तू टीव्ही बघतोस का? त्यावरच्या सिरियली मी लिहितो.

बबन : (हसतो) काय फसविता गरीबाला. टीवीवाले हायेत तं कॅमिरा कुटाय?

निवेदक : अरे मी लिहितो म्हणालो ना. मी लेखक आहे.

बबन : आलं ध्येनात. म्हंजे तुमाला बकरा लागतो कुनीतरी माझ्यावानी. येतो बरं का टीवीवाले!

निवेदक : अरे थांब, थांब, कुठे पळतोस?

बबन : (विंगेकडे बघत.) ते बगा येक याडं यातंय. आता दुसरा बकरा गावल्यावं मी काहून थामू? है सुध्या... (हाका मारत पळतो.)

निवेदक : बघितलंत? रिलिफ म्हणता म्हणता हा मूळ ट्रॅकवर सोडून गेला मला. एका भीषण सिक्वेन्सची सुरुवात होणार आता. बबन म्हणाला तसं वेडं गबाळं ध्यान माझ्या दिशेनं येऊ लागलं. (दाभाडे अंगात स्वेटर डोक्यात माकड टोपी अशा अवतारात हुडहुडत येतात.) ऐन उकाड्यात सर्वांगातून घामाच्या धारा वाहात असताना अस्वलासारखं कातडं पांघरून फिरणारे आपण कोण, असं विचारलं तर म्हणाले...

दाभाडे : ह्या देहाला सत्यविजय नरहरी दाभाडे म्हणतात.

निवेदक : काय? दाभाडे? म्हणजे कुसुमकुंजमधले? आम्ही सगळे समजत होतो की...

दाभाडे : मी मेलो. खपलो. किंवा इथनं काळं करून गेलो.

निवेदक : काहीतरी काय! अहो असं मनात तरी येईल का आमच्या?

दाभाडे : नसेल आलं. मी मात्र गेल्या काही दिवसांत या निर्णयाप्रत येऊन गेलोय.

निवेदक : म्हणजे तुमच्या जागेचं मॅटर?

दाभाडे : डझन्ट मॅटर. भरपूर सामान येऊन पडलंय. नव्या जागेत ते लावायचं आहे.

निवेदक : म्हणजे नवी जागा घेतलीत की काय?

दाभाडे : नाही. जागा तीच आहे. पण आतापर्यंत कसं सेपरेट सेपरेट होतं. आता फक्त बाहेरची रूम. ती अनेक गोष्टींसाठी नवीच. उदाहरणार्थ, आम्ही आजवर बेडरूममध्ये झोपलो. आता लिव्हिंग रूममध्ये झोपताना कसं नवंच वाटतं. आणि काय आहे की नव्या जागेत पटकन झोपपण येत नाही. किचनमधल्या छोट्या डायनिंग टेबलवर जेवायचो. आता सामानांच्या गर्दीत गाद्यांच्या वळकट्यांवर मांडीवर ताट ठेवून जेवताना नवंच वाटतं. आणि आंघोळ केल्यावर सर्वांदेखत कपडे बदलताना भलतंच नवं वाटतं.

निवेदक : म्हणजे टॉयलेट-बाथरूमचा प्रश्न नाही.

दाभाडे : फार मोठा नाही. सकाळचा एक तास आणि संध्याकाळचा एक तास संडास आणि बाथरूम वापरायला मिळतो. पण वेळेत वाढ होईल. निगोशिएशन्स चालू आहेत. नथिंग टू वरी. बायकोला न् मला लग्नानंतर बावीस वर्षांनी एवढा एकांत मिळालाय. दिवसभर डोळ्यात डोळे घालून असतो. सिटिंग ॲरेंजमेंटच तशी होऊन गेलीय.

निवेदक : काका, तुम्ही जरा आराम करता का?

दाभाडे : आरामच चालू आहे. शिवानंदन साहेब म्हणालेच आहेत, टेक अ रेस्ट. मस्त वाटतं. (पॉज.) पण काय आहे की, असा बसून राहिलो की अचानक थंडी वाजू लागते. दातावर दात कटकट कटकट आपटू लागतात. पाठीच्या मणक्यात सणक भरते आणि गारवा असा मानेतून कानापर्यंत येतो. म्हणून मी स्वेटर आणि कानटोपीने सगळं अंग गच्च आवळून घेतो. कधी कधी तरीही

हुडहुडी थांबत नाही. मग मी खिडक्या बंद करून घेतो. टेबलाखाली जाऊन बसतो आणि खुर्ची अंगावर पांघरतो.

निवेदक : काका, तुम्हाला खूप त्रास झालाय ह्या सगळ्या प्रकरणात.

दाभाडे : तो होणारच. केवळ सुखासाठी धडपडणं झूट आहे. त्रास त्याच्या पोटातच असतो. दुःख आणि आनंद ह्या अविभाज्य गोष्टी आहेत. जेव्हा त्यांच्यापैकी एकजण एकटाच तुमच्याबरोबर जेवायला येऊन बसतो ना, तेव्हा दुसरा तुमच्या अंथरूणावर झोपलेला असतो. खलील जिब्रान म्हणालाय हे.

निवेदक : तुम्ही खरंच इथे बसा. आपण चहा घेऊ. बरं वाटेल.

दाभाडे : नाही नाही. बसायला बिल्कुल वेळ नाही. चिंगीला भेटायला जायचंय... उच्चशिक्षणासाठी तिला चुनाभट्टीला पाठवलंय.

निवेदक : चुनाभट्टीला?

दाभाडे : तिच्या मामाकडे. इकडे शिवाजी पार्कला राहून बी.कॉमचा अभ्यास नाही करता येणार तिला. तसं सगळं ठिकाय पण मध्येच कधीतरी पलीकडच्या रूममधून आदळ आपट केल्यांचे आवाज येतात आणि तिचं कॉन्सन्ट्रेशन लूज होतं. तशात जागा नवीन...

निवेदक : आता तुम्ही नाही म्हणूच नका. चला चहा घेऊ.

दाभाडे : चहा नको. तुमचा हात द्या घटकाभर हातात. (निवेदक हात हातात देतो.) वा! काय मस्त उबदार वाटतंय. थोडावेळ असाच ठेवू का हो हातात?

[अंधार.]

[मागे दाभाडेचे घर प्रकाशमान होते. सामानाची दाटी. बायको ऑकवर्ड पोझिशनमध्ये बसली आहे. दाभाडे मांडी घालून टेबलवर मूढवत बसलेले. बंटी पिंजऱ्यातल्या वाघाप्रमाणे अस्वस्थपणे फेऱ्या मारतोय.]

बंटी : तुम्ही मला त्याचवेळी का कळवलं नाहीत? मी पण चुत्यासारखा रोल वाढतोय म्हणून चार दिवस टाइमपास करत बसलो होतो.

बायको : पाच पाच मिनिटांनी पोरं करत होती फोन. सारखं आपलं नॉट रिचेबल.

बंटी : हैदराबादला हाच लोच्या होतो. मला कळतं तर लगेच उलटा फोन करून पाचव्या मिनिटाला आपल्या पोरांना बंदोबस्त करायला लावला असता.

बायको : बघा. मी सारखं म्हणत होते, काय तो माझा बंटीच करेल बरोबर.

दाभाडे : ही पोरं कोण म्हणायची?

बंटी : तुम्ही ज्यांची वानरसेना वानरसेना म्हणून कायम हेटाळणी करायचात ना तीच.

बायको : जा बंटी, आण बोलवून त्यांना. एकेकाचे मुडदे पाडा म्हणावं.

दाभाडे : व्हायलन्स नको रे बाबा. मला भीती वाटते.

बायको : ह्यांना सगळ्याचीच भीती वाटते. तू बोलव.

बंटी : नाहीये कुणी जागेवर आता. सालं तकदीर गांडू. तू टेक्सासला लावलास कॉल?

बायको : पाचव्या दिवशी लागला. भास्कर काका आलेच नाहीत फोनवर. काकूनं घेतला.

बंटी : काय म्हणाली आज्जी? आजोबांना सगळी हातातली कामं टाकून इथे या म्हणावं. येण्याजाण्याचा खर्च आम्ही करतो. नसेल शक्य तर तिथनं पॉवर ऑफ ॲटर्नी करून पाठवा.

बायको : सांगितलं रे बाबा, सगळं सांगितलं. पण तू म्हणतोस ना तकदीर कायसंस.. ते तसंच आहे म्हणायचं नि गप्प बसायचं.

बंटी : का? येत नाहीये का म्हातारा?

दाभाडे : बंटीऽऽऽ...

बायको : म्हणू देत. म्हाताऱ्याला म्हातारा म्हणायचं नाही तर काय म्हणायचं? पडले पाय घसरून बाथरूममध्ये. पंधरा दिवस झाले. हाड मोडलंय कमरेचं. हॉस्पिटलमध्ये होते. काकू म्हणते, अगं बाई माझंच मला झालंय भारी. ह्यांना आणखी सात आठवडे हलता येणार नाही. आता म्हातारं हाड, सांधलं जाणारेय का? (टीपे गाळते. नाक पुसते.) आपलंच नशिब वाईट.

बंटी : पपा, आय वाँट फैसला. काय करताय तुम्ही बोला!

दाभाडे : एक गोष्ट सांगतो.

बायको : (कपाळावर हात मारते.) या माणसाला नको त्यावेळी नको ते सुचतं.

बंटी : पपा...

दाभाडे : दोन माणसं बकरीवरून भांडत होती. पहिला म्हणत होता. ही बकरी माझी आहे. दुसरा म्हणत होता, नाही नाही, बकरी माझी आहे. तंटा सोडवायला ते गेले तिसऱ्याकडे. तिसऱ्याने पहिल्याला विचारलं, कशावरून ही बकरी तुझी आहे? तो म्हणाला, पुरावा

आहे माझ्याकडे. दाखव. दाखवला. तिसरा म्हणाला, तुझं बरोबराय. मग तो वळला दुसऱ्याकडे. का रे बाबा, कशावरून ही बकरी तुझी आहे? हा घ्या पुरावा! त्यानेही पुराव्यानिशी आपली बाजू मांडली. तिसरा म्हणाला, तुझंही बरोबराय. मग तंटा अनिर्णित ठेवून तिसरा आला घरी. चुलीपुढे बायको भाकऱ्या थापत बसली होती. तिला त्याने घडलेली गोष्ट सांगितली. बायको म्हणाली, हे कसं शक्य आहे? अहो दोघं ज्या बकरीवर दावा सांगतायत ती बकरी एकच असेल तर कोणीतरी एकच बरोबर असणार! तिसरा म्हणाला, अरेच्च्या! तुझंही बरोबरचाय. तर हा तिसरा इसम कोण?

बंटी : कोण?

दाभाडे : मध्यमवर्गीय पांढरपेशा माणूस.

बायको : (फणफणते) म्हणजे त्यांना त्यांचंही बरोबर वाटणार. हा इसम टेबलावरून हलणार नाही. कळतंय का तुला त्यांच्या गोष्टीतलं तात्पर्य?

बंटी : पपा मला फैसला हवाय. तुमचे दहा गेले पाच राहिले. उद्या तुमच्यानंतर हा फ्लॅट माझा होईल. मला ही अशी अर्धीमुर्धी चोरट्यासारखी जागा नकोय. माझी हटली तर, मी सरळ जाऊन राडा करीन.

दाभाडे : (भयभीत) बंटी, आपला तो मार्ग नाही रे. आपण सरळ रस्त्याने जाणारी माणसं.

बंटी : कुठेय तो सरळ रस्ता? दाखवा म्हणजे त्याच्यावरच फावडा मारतो.

बायको : बंटी.

बंटी : तुम्हीच शिकवलं होतंत ना समरगीत... जिंकू किंवा मरू माणुसकीच्या शत्रूसंगे युद्ध आमुचे सुरू...

दाभाडे : ते पंधरा ऑगस्टच्या स्पर्धेसाठी रे... स्वातंत्र्या दिनाच्या.

बंटी : कधी उजाडणाराय पंधरा ऑगस्ट? इथे मुतायचं तरी आहे स्वातंत्र्य? संडासबाथरुमचं काय झालं?

दाभाडे : मी बोललो त्यांच्याशी. धिस इज इनजस्टीस. तीन माणसांना एक तास कसा पुरणार.

बंटी : चर्चेची पुढची फेरी कधी आहे?

दाभाडे : उद्या. उद्याच मी परत बोलून बघणाराय.

बंटी : अरे हाड्! हगण्यामुतण्यावर कसली आलीय चर्चा? आमचा मूलभूत हक्क आहे तो. तुम्ही कोण आमचा बाथरूम बळकावून वर आम्हालाच तासाच्या बोलीवर देणारे? आम्हाला अख्खा पायजे तो. नाय दिलात तर खलास करून टाकीन एकेकाला.

दाभाडे : अगं बघ कसा करतोय तो... धर ना त्याला.

बायको : बंटी बेटा, डोकं शांत ठेव. नीट पावलं टाकली पाहिजेत आपल्याला.

बंटी : तुम्ही ठेवा डोकं शांत. कॉन्स्टिपेशनची सवय झालीय तुम्हाला. आपल्याला कळ आली का हगायला पायजे म्हंजे पायजे. आपण डरत नाय कोणाला. नाय आली पोरं तरी बेहत्तर. एकेकाला भिडेन. है आवाजऽऽज...

[हातात काठी घेऊन तिरासारखा बेडरूममध्ये घुसतो. ड्रम बिगुलाचे निनाद. चाल 'जिंकू किंवा मरू.' बेडरूम अंधारात. आत धुमश्चक्री चालू असावी. म्युझिक एकदम थांबते. आवाज थांबतात. बेडरुमच्या काळोखातून बंटी बाहेर येतो. डोके फुटले. रक्तबंबाळ. दाभाडे आणि आईकडे तुच्छतेने बघतो. आणि तसाच तरातरा बाहेर निघून जातो. दोघे हबकलेले. थरथरताहेत.]

दाभाडे : म...मला थंडी वाजतेय. हूःऽऽहूऽऽ...अगं, खिडक्या बंद कर ना. तो फॅन ऑफ कर. माझा स्वेटर दे... कानटोपी दे... मफलर दे... माझी शाल...ब्लॅकेट दे मला. दे ना लवकर, अशी काय करतेस? मला थंडी वाजतेय.

[दाभाडे टेबलाखाली शिरतात. फोनची बेल वाजते. शांततेत तिचा कर्कश्श आवाज वाढत जातो. बायको फोन उचलते.]

बायको : हॅलोऽ...

[बेडरूममध्ये प्रकाश येतो. पुरुष १ मोबाईलवर बोलतोय.]

पुरुष १ : भांचोद काय चाललंय, आं? आपल्या पोराला सांभाळा. दुसऱ्या टायमाला हाताला नाय गावणार. (पॉज) एक हप्ता झाला. सात दिवस! कधी मोकळी करताय रूम? कधी करताय? बोल ना भोसडेऽऽऽ... (बायको शहराते.) चार दिवस देतो. किती? चा-र! बोऱ्याबिस्तरा बांधून सरळ चालू पडायचं.

दाभाडे : (टेबलाखालून) कोणाचा... कोणाचा फोन आहे? कोणाचा?

[बायको थिजून उभी. जोरात वारे सुटल्याचा आवाज]

एक : (धावत येतो. गातो.)
साहेबाची खिडकी फुटली
गादीवर काचा काचा
मास्तर बघा कसा
हिसडे मारतो भिंतीवरती भारताचा नकाशा
गेला उडत खिडकीबाहेर
डोंगरासकट नद्यांसकट खुंटीसकट
गेला उडत आकाशात
काय डेंजर वारा सुटलाय
काय डेंजर वारा सुटलाय...

[तो पळत जातो. त्याच्या मागून दोघे पळत जातात.]

[प्रकाश येतो तेव्हा डॉक्टरचे क्लिनिक. डॉक्टरांसमोर दाभाडे आणि बायको बसलेले.]

डॉक्टर : (विचारात प्रचंड गढलेले.) तुम्हाला थंडी वाजते. बारीक ताप आल्यासारखं वाटतं. तुम्ही निराशेनं खोकता. राईट? हूं. (पॉज) टीबी ऑर नॉट टीबी दॅट इज द क्वेश्चन. मला सांगा, साधारण कोणत्या वेळी थंडी वाजून येते?

[दाभाडे मान खाली घालून बसले आहेत.]

बायको : अं... म्हंजे कधीही. वेळी अवेळी.

डॉक्टर : (गंभीर होत.) नक्की अ वेळी? की ब वेळी? विचार करून सांगा. कारण थंडी वाजण्याचे अतेड प्रकार आहेत.

बायको : तसं नक्की नाही सांगता येत.

डॉक्टर : म्हणजे तुम्ही गाफील असता... आय मिन हे गाफील असतात.

बायको : गाफील म्हणजे?

डॉक्टर : म्हणजे तुम्हाला खूप छान वाटत असतं. तुम्ही हसत असता. ज्योक मारत असता आणि अचानक काहीतरी गोष्ट घडते. टू बी एक्झॅक्ट हेऽ (खिशातून एक सुरळी काढून टेबलावर पसरतात.) हे चित्र बघा. किती सुंदर, रमणीय आहे! आता मी इथे ही एकच रेघ मारतो. नाव् लूक. हेच चित्र किती भेसूर, भयाण आणि विद्रूप दिसायला लागलंय. ही रेघ व्यक्तीच्या संदर्भातही दाखवता येते.

ती मज्जारज्जूतून मानेच्या कण्यावर उतरते आणि तशीच सणसणत पाठीच्या मणक्यातून माकड हाडापर्यंत पोचते.

दाभाडे : (मान उचलत.) हो, असंच होतं.

डॉक्टर : (सुरळी गुंडाळत) थंडी वाजताना एक्झॅक्टली काय होतं?

दाभाडे : अंग थाड थाड उडतं. स्प्रिंग बसवल्यासारखं. दात कटकट कटकट वाजतात.

डॉक्टर : नक्की कटकट कटकट वाजतात? की टकटक टकटक?

(दाभाडे बायकोच्या चेहऱ्याकडे बघतात.)

डॉक्टर : मी हे का विचारतोय ते समजून घ्या. आमच्याकडे अशा अनेक केसीस येतात. दे स्टार्ट शिव्हरिंग. गेल्या पाच वर्षांत यात ट्वेन्टी टू पॉइंट थ्री पर्सेंटने वाढ झालीय. हे प्रमाण हॉरिबल आहे. बारकाईनं अभ्यास केल्यावर माझ्या असं लक्षात आलं की, देअर आर टू स्पिशीज. काहींना थंडी वाजते तर काहींना भयंकर उकडतं. थंडी वाजणाऱ्यांमध्ये पुन्हा दोन प्रकार आहेत. होमो इरेक्टस आणि होमो सेपीयन. काहींचे दात कटकट कटकट वाजतात आणि काहींचे.

दाभाडे : टकटक टकटक.

डॉक्टर : राइट! माझ्याकडे अशी एक केस आली होती की त्या गृहस्थांनी एका दंगलीत सक्रिय भाग घेतला होता. पुढे दंगल थांबून शांतता प्रस्थापित झाली असता ते गृहस्थ रात्रीबेरात्री थंडीने कापरं भरून जागे व्हायचे. स्वप्नात एक जमाव आपलं घर पेटवतोय असं दिसायचं त्यांना. हे होमो इरेक्टस. एन्काऊंटर स्क्वाडमधले एक पोलीस ऑफिसर अशाच उपचारांसाठी माझ्याकडे आले होते. त्यांचे दात टकटक टकटक वाजायचे. तुमचे कटकट कटकट वाजतात.

दाभाडे : मला आठवत नाही.

डॉक्टर : अरेच्चा! आता तुम्ही म्हणालात की...

दाभाडे : तसं नक्की सांगता येत नाही.

डॉक्टर : हे बघा तुम्ही माझा गोंधळ वाढवू नका. मला मेडिसिन्सची स्ट्रॅटेजी ठरवायला हवी. काय आहे, दोन्हींची औषधं वेगळी आहेत. टकटक टकटक दात वाजणाऱ्यांची औषधं स्ट्राँग आहेत.

कटकटवाल्यांचे डोस त्यामानाने माइल्ड आहेत. (बायकोला.) बरं, तुम्ही तरी सांगू शकाल?

बायको : मला माहीत नाही.

डॉक्टर : शी बुवा! (विचारात पडतात.) मग आता मला शेवटच्या प्रश्नाचं उत्तर द्या, म्हणजे मी लगेच प्रिस्क्रिप्शन लिहायला घेतो.

बायको : विचारा.

डॉक्टर : (गूढपणे पुढे झुकत.) ह्यांना कवळी तर नाही?

बायको : नाही.

डॉक्टर : ठीक आहे. मग मी कटकटवाली औषधं देतो.

[दृश्य फेडाऊट]

[एक वर्तुळ प्रकाशमान. बंटी गुडघ्यात मान घालून बसलेला. समोर हातात छडी घेऊन इन्स्पेक्टर बसलेला. फटके मारल्यानंतर कैदी विव्हळतात, त्याचे पार्श्वध्वनी.]

इन्स्पे. : बायामाणसांच्या भरलेल्या घरात बेधडक घुसून काही कारण नसताना हिंसक कृत्य करणे, हा गुन्हा आहे. याला आम्ही दहशतवादी कारवाया म्हणतो. चांगल्या घरातली पोरं अतिरेकी कारवाया करायला लागली की, त्यांची नांगी मुळातच ठेचली पाहिजे. टायरमध्ये घालून मारणे, किंवा नडगी तोडणे किंवा शाफ्टिंगच्या पट्ट्याने पाठ सोलून काढणे, हे झाले प्राथमिक उपचार. पण तुम्ही लोक गेंड्याच्या चरबीचे असता. घोड्याचं मूत पिऊन मार पचवण्याच्या क्षमतेत अफाट वाढ करता. म्हणूनच केवळ सभ्य कुटुंबातला मुलगा म्हणून आम्ही तुझ्या बाबतीत गाफिल राहू शकत नाही. तुझा संबंध नक्सलाइट्स्, एलटीटीई, आयएसआय, अल कायदा, तालिबान, हमास यापैकी कुणाशीही असू शकतो. ग्वांतानायो हे नाव ऐकलं असशीलच. अमेरिकेजवळ एक बेट आहे. ग्वांतानायो. तिथे मोठमोठे तुरुंग आहेत. दगडी भिंतींचे. त्यात कैद्यांना ठेवतात. त्यांना नागडं करून त्यांच्यावर मांजराच्या आकाराच्या माजलेल्या घुशी आणि मस्तवाल कुत्रे सोडतात. कुठला लचका कधी तोडतील सांगता येत नाही. तितकं जालिम होता येत नाही ह्या देशात, हे माझ्यासारख्या प्रामाणिक अधिकाऱ्याचं दुःख आहे. पण आता आम्हीही कैद्याला वठणीवर आणायचा लेटेस्ट उपाय शोधून काढला आहे. कृती सोपी आहे.

एक दहशतवादी घ्या. त्याच्या अंगावरचे सर्व कपडे काढून त्याला लाकडी फळीवर झोपवा. एका भांड्यात शुद्ध पेट्रोल घ्या. एक रबरी पाईप घेऊन त्याचं एक टोक भांड्यातल्या या द्रावणात सोडा आणि दुसरं टोक टेररिस्टाच्या गुदद्वारात घाला. दहा मिनिटं पेट्रोल पायपासून गुदद्वारात आणि गुदद्वारावाटे शरीराच्या सर्व भागात पसरू द्या. मग पाइप काढून शांतपणे अर्धा तास वाट बघा. पेट्रोल संपूर्ण शरीरात अर्धा तास खेळतं राहिलं की परिणामांचं निरिक्षण करा. कैद्याच्या सर्वांगात आग आग पेटते. मस्तकात स्फोट होतात. आतून अंग सोलून निघतं. पण बाहेर एक ओरखडा नाही. मार नाही की छळ. हाक ना बोंब. काय घंटा प्रूफ मिळतोय ह्युमन राइट्सवाल्यांना?

[बंटीचे अंग भीतीने थाडथाड उडू लागते.]

[अंधार.]

[दुसऱ्या बाजूने प्रकाश येतो. दाभाडे घरात टेबलावर अंग आक्रसून बसले आहेत. शेजारी बायको. देशपांडे, गुप्ते, चाफळकर येतात.]

देशपांडे : दाभाडे, मी देशपांडे. बाजी प्रभाकर देशपांडे.

[दाभाडे आणि बायको काही न बोलता निश्चल बसून आहेत.]

देशपांडे : सॉरी दाभाडे. मला वाटलं, मिटलं सगळं, म्हणून दुसऱ्या दिवशी भावाच्या कर्जतच्या फार्महाऊसवर गेलो होतो. दोघंही पंधरा दिवस राहिलो. भाऊ-वहिनी नुकताच चीनचा दौरा करून आलेले. एकेक सांगत बसले. सीकेप्यांचे कानवले चिन्यांना कसे शिकवले, त्याचं हे पुराण. मी वहिनीला म्हणालो, यात काही मोठेपणा सांगू नकोस. पुढच्या सहा महिन्यात चिनी कानवले बाजारात येतात की नाही ते बघ.

[बायको यांत्रिकपणे उठून दाभाडेंना गोळ्या-पाणी देते.]

देशपांडे : इथे आलो आणि कळल्यावर धक्काच बसला. बट डोण्ट वरी दाभाडे! आपण रान उठवू. जंग जंग पछाडू. तुम्हाला म्हणालो ना, आपला डायरेक्ट जॅक आहे सी.एम.कडे! आपण बेधडक घुसू त्यांच्या केबीनमध्ये. आफ्टर ऑल, मराठी माणूस टिकला पाहिजे. तुम्ही घाबरू नका अजिबात.

दाभाडे : मी नाही घाबरलेलो देशपांडे. विशेषतः, या गोळ्या घेतल्यावर छान कॉन्फिडन्स येतो. आता मी निर्भय आहे. परवा त्यांनी

फोनवर तमाशा केला. चार दिवसांची मुदत दिलीय. हिला म्हाणालो, रिसिव्हर घट्ट धरून ठेव. बघू या काय बोलतात ते. आणि ठेवायचाच असेल खाली तर खाडकन आपटून बंद कर म्हणजे आपल्या संतापाचा आवाज त्यांच्या कानावर जाईल. भले तरी देऊ कासेचे धोतर, नाठाळाचे कानी हाणू रिसिव्हर... तेव्हापास्नं मी ठरवलंय. नाही द्यायची दाद त्यांना. मी माझं हे टेबल सोडणार नाही. घट्ट चिकटल्यासारखा बसून राहीन. रॉक ऑफ जिब्राल्टर. ढीम्म हलणार नाही.

बायको : ते टेबलासकट तुम्हाला उचलून बाहेर ठेवतील.

देशपांडे : वहिनी, त्यांचे पितर उतरले पाहिजेत स्वर्गातनं. हात तर लावून बघा म्हणावं.

बायको : चार दिवसांत निघून जायची धमकी दिलीय त्यांनी. सोसायटी काय करणार आहे?

देशपांडे : काय करणार? वहिनी, आम्ही प्राणपणाने विरोध करू. गुप्ते कालच्या मिटिंगमध्ये काय ठरलं सांगा.

गुप्ते : (फाईल उघडून वाचत) दाभाडे यांच्या फ्लॅटमधील अतिक्रमणा-बाबत 'कुसुमकुंज' मधल्या सर्व फ्लॅटधारकांनी एक होणे. पोलीस आयुक्त व गृहमंत्र्याना निवेदने देणे. बिल्डिंगखाली एक दिवसाचे लाक्षणिक उपोषण करणे. अध्यक्षांच्या परवानगीने येणारी इतर कामे...

देशपांडे : गुप्ते बास!

दाभाडे : देशपांडे तुम्ही फार करताय आमच्यासाठी. एक कराल? माझ्या बंटीला पोलीस घेऊन गेलेत. त्याला आणाल?

बायको : कितीदा तुम्हाला तेच तेच सांगायचं? पोलीस म्हणतात, नेला त्याच्या दुसऱ्याच दिवशी त्याला सोडला.

दाभाडे : सोडला? मग इथे कसा नाही आला? कुठे गेला असेल तो?

बायको : आला होता इथे. मध्यरात्रीचा सुमार होता. वाट बघून बघून माझा नेमका डोळा लागला. तुम्ही तिकडे बसल्याबसल्याच डुलकी काढत होतात, त्याचवेळेस दरवाजा लोटून तो आत आला. थोडावेळ असा माझ्याकडे एकटक बघत होता. मग त्याने माझ्या डोक्यावर हात ठेवला. पायला हात लावला. तुम्हाला हात जोडून नमस्कार केला आणि निघून गेला.

देशपांडे : पण तुमचा तर डोळा लागलेला. मग दिसलं कसं?

बायको : दिसलं. माणसाचं सहावं इंद्रिय काम करत असतं झोपेतही. त्याची चाहूल लागली तशी चटदिशी उठून बसले मी, तर दार बंद केल्याचा आवाज. धावत गेले खालपर्यंत, पण तोवर तो झपझप निघून गेला होता...

गुप्ते : सेम सिद्धार्थची केस.

देशपांडे : सिद्धार्थ?

गुप्ते : गौतम बुद्ध!

दाभाडे : इथून गेला तेव्हाचा आठवतो. डोकं दहीहंडी फोडल्यासारखं. गुलालाने माखावा तसा लाल झालेला. तिरीमिरीत निघून गेला. दोन दिवस हिनं घास घेतलेला नाही की पाणी. मीसुद्धा गोळ्यांवरच आहे.

देशपांडे : तुम्ही काळजी करू नका. बंटीला शोधायची जबादारी माझी. गुप्ते, नोट डाऊन करा. पुन्हा पोलीस स्टेशनला जाऊन पाहाणे. मिसिंग पर्सन ब्युरोकडे कंप्लेंट नोंदवणे, सर्व हॉस्पिटल्सना कॉंटॅक्ट करणे, रेल्वे पोलिसांकडे चौकशी... (बायको स्फुंदून रडू लागते.) तसं नाही वहिनी, खबरदारी घेतलेली बरी. दाभाडेच म्हणाले की...

दाभाडे : तसा तो आडदांड आहे. गरम डोक्याचा आहे. जे माझ्यात नाही ते त्याच्यात आहे. पटकन संतापतो. राग येणं बरं का वाईट? आय मिन चूक की बरोबर? माझ्या मते चूक. पण बंटी रागावला की कधी कधी बरोबर वाटायचं. आणि बरंही. ऊर्जेचा प्रचंड साठा आहे त्याच्याजवळ. आणि माझ्यापाशी संपूर्ण अभाव. काय करायचं या ऊर्जेचं? कोणी तरी तिचं विजेत रूपांतर करायचं टेक्निक शोधून काढलं पाहिजे. हे ऊर्जेचे साठे शोधून काढले नाहीत तर आपल्या देशाला भीषण वीजटंचाईला सामोरं जावं लागणाराय...

बायको : दोन दिवस संपले, दोन उरले.

देशपांडे : (मोबाईलवर) हॅलो, राजाध्यक्ष साहेब? नमस्कार साहेब. मी बी.पी.देशपांडे बोलतोय. अ क्लोज फ्रेण्ड ऑफ युवर ब्रदर इन लॉज ब्रदर. नंदू? येस हीज फ्रेण्ड. इरिगेशनला असतो मी साहेब. चौथ्या मजल्यावर. एक अर्जंट काम होतं साहेब. सीएम साहेबांची भेट हवी होती. सिरियस मॅटर आहे साहेब. हॅलोऽ

बायको : मग तीन संपतील, एक उरेल. मग चारही संपतील आणि काहीच उरणार नाही. सगळं संपत जातं. काही उरत नाही. एवढं कळतं तरी आस काही संपत नाही.

[अंधार.]

निवेदक : (प्रवेश करत) देशपांडे लावतायत फोन पण मुख्यमंत्री काही भेटत नाहीत. देशपांडेंचा जॅक मोठा. पण सीएमना वेळेचा तोटा. तीनदा वेळ मिळाली पण भेट मिळाली नाही. मग सीएम दोन दिवस दिल्लीला गेले. चौथ्या वेळी भेट नक्की मिळणार होती, पण दरम्यान एक गोष्ट घडली. छोटासा अपघात म्हणा ना. म्हणजे दाभाडे सकाळच्या ठराविक वेळेलाच बाथरूमला गेले पण येताना थोडे घाबरून घाईने यायला निघाले आणि नेमके आदल्या रात्री तिथे राहिलेल्या बाटल्या आणि ग्लासांवर पाय पडून धपकन खाली पडले. फारसं लागलं नाही त्यांना, पण भ्याले खूप. आणि मग हंबरून रडू लागले. थोड्या वेळाने आपणच गप्प झाले आणि मग कुठल्या कुठल्या जुन्यापान्या, इतिहासाच्या पुस्तकांतल्या पुराणातल्या गोष्टी सांगू लागले. फिलॉसॉफीच्या पुस्तकातले उतारे धडाधडा म्हणू लागले. थांबेचनात. मिसेसने डॉक्टरांकडे नेलं तर तिथे एकदम गप्प. मग डॉक्टरांनी वैतागून डोस वाढवून दिले. (पॉज) आता मी हे सगळं तपशिलात सांगत बसलो तर तुम्हाला वाटेल मी डेलिसोप मिळवतोय. पण सीएमची भेट मिळेपर्यंतचा वेळ तर काढला पाहिजे! टाइमलॅप्स दाखवायचा असला की सिरियलचा डारेक्टर आम्हाला सांगतो, कोई दुसरा ट्रॅक निकालो, साइडवाला. आता आपल्याकडे दुसरा ट्रॅक एकच आहे, बबन येलमामे! खरंतर हा नंतरचा भाग आहे पण मी तो थोडा आधी आणतो.

बबन : (धावत येत) ओ टीवीवाले साहेब, ओ सायेब थांमा जरा. (पायाला हात लावतो.)

निवेदक : अरे अरे, पाया काय पडतोस?

बबन : आसं कसं? आपल्या जिनगीतला आनंदाचा क्षण हाये.

निवेदक : नोकरी मिळाली का काय?

बबन : (लाजत) नाय, छोकरी मिळाली. लगीन करतोय उंद्याला.

निवेदक : वा! रसाचा धंदा तेजीत आलेला दिसतोय एकदम.

बबन : छे. रसाचं काम सोल्डं. तिथंच तं मोटा राडा झाला न राव!

निवेदक : राडा?

बबन : बबलू पांडेच्या टेबलावं न्हवतो ऱ्हायाचो का हुबा? बबलू संगटच ऱ्हायचो. त्याच्या झोपडीत. बबलू, त्याची माई न् सात सगेवाले भैये. ह्यांच्यात ऱ्हावून काहाडली ना राव बबलूच्या भैनीला. चमेली बरं का तिचं नाव. यकदम कडक मिठ्ठा लश्शी. लय घुमवली. इश्कबिश्क झालंय बरं का आपलं. येक दिवस बबलून डाऊट खाल्ला न घातली ना माज्याव पोरं. लय कुदवला भडव्यांनी. हम बम्मन हये म्हने. आरं लव झाल्यावर कसलं आलं बम्मन झिम्मन. मं मी बी सुद्या हणम्याला सांगून पोरं हानली न तोडला शिंदळीच्यानला. बबलू येक बाप तं मी त्याचा धा बाप! आता एरयातल्या भाईकडं आपली बी वट चालती.

निवेदक : छान! म्हणजे आता नुसती नाक्यावरची हमाली...

बबन : काह्याची हमाली? ती बी गेली ना. रस्त्याव धंदा करून पाह्यला पन तो बी मुन्शिपाल्टीवाल्यांनी दोन डाव उचलून न्हेला. मं आलो परतून गोवंडीला. आपलं पुरानं डॅब्रिसचं काम. पहिले दिवस कस्टाल गेले. पन जुना एक्शपिरियन्स. पटवला मुकादमाला. आता तीन जनं हाईत हाताखाली. तिथंच शिवाजी नगरला भराव टाखून झोपडी खडी केली न हानलं उचलून चमेलीला...

निवेदक : हे चांगलंच केलंस. पण गावी कळवलंस की नाही आईवडिलांना?

बबन : (वैतागतो) झालं. काहाडला ईशय! (स्वतःशीच) कुनाला ठावं म्हातारं जितं हाय का कीटकनाशक पेऊन म्यालं? (उघड) सायेब, बबलू पांडेन जिनगीचं येक सच सांगिटलं. म्हने का बब्बन साले, रोटी मूं मे डालनेशे पैले काटनीच पडती हय!...

निवेदक : (पाकिटातून नोट काढून देत) हे घे. लग्न करतोयस ना? माझ्याकडून आहेर.

बबन : (खुलतो.) प्रेजेंट? (पुन्हा पाया पडतो.) तुमचा सोबाव मदत करन्याचा हाय. जमलं तर उद्या गोवंडीच्या शंकर मंदिरात या. (मोबाइलचा विचित्र रिंगटोन. निवेदक खिसा चाचपतो.) तुमचा नाय, मजा वाजतोय. (मोबाइल काढून कानाला लावत.) हां बोल

चमेली... (वळून निवेदकाला) सायेब, जरा प्रायवेट हाय.... (सूचक हसून बोलत जातो.)

निवेदक : (प्रेक्षकांना) पुरेसा वेळ गेलेला आहे. नाव कट टू सी.एम.ऑफिस. (जातो.)

[मुख्यमंत्र्याची केबीन. सीएमच्या समोर दाभाडे आणि देशपांडे.]

सी.एम. : (निवेदन वाचून संपवत) गुड! कोणाचं हॅण्डरायटिंग आहे हे?

देशपांडे : खटावकर म्हणून आहेत आमच्या बिल्डिंगमध्ये. सोसायटीचे बोर्डही तेच लिहितात.

सी.एम. : तुमचा प्रॉब्लेम मला समजला.

देशपांडे : साहेब, हे मिस्टर दाभाडे.

सी.एम. : ओह आयसी! (दाभाडेंकडे वळत) तुमचा प्रॉब्लेम मला समजला. बट इट्स नथिंग न्यू टू मी. आमच्या गृहमंत्र्यांकडे असे रोज दोनशे अर्ज येत असतात. मी होतो ना गृहमंत्री. आय नो इट व्हेरीवेल. गृहमंत्री असताना मला मुंबईत घर नव्हतं, आता बोला. गृह नसलेला मंत्री. हा! हा! हा!

देशपांडे : पण साहेब काय करता येईल? हे दाभाडे नगरसेवकापासून पोलीस आयुक्तांपर्यंत सगळीकडे वणवण फिरले. पण कोणी साधी दखलही नाही घेतली.

सी.एम. : अच्छा! (इंटरकॉमवर) राजाध्यक्ष, दादर पोलीस स्टेशनला कोण आहे बघा जरा बोलून घ्या. (दाभाडेना) कायाय, शेवटी लोकशाही आहे. प्रोसिजर फॉलो करावी लागते.

देशपांडे : पण साहेब, होईल ना काम?

सी.एम. : (हात वर फेकत) पांडुरंगावर भरवसा ठेवा. आपल्या महाराष्ट्राचं दैवत आहे ते. काही मेजर प्रॉब्लेम आला की मीही त्यालाच साकडं घालतो.

देशपांडे : विठोबाला?

सी.एम. : मग काय! दरवर्षी आषाढीला पूजेला बसावंच लागतं ना मुख्यमंत्र्याला? पण तो विठोबा तरी काय करणार हो? त्या पुंडलिकाने वीट फेकून कमरेवर हात ठेवलेल्या पोजमध्ये फ्रीज करून टाकलं त्याला. तशात रखमाईचा सपोर्ट नाही. ती कायम पाठ फिरवून. मोठ्या लोकांची दुखणी नाही कळायची तुम्हाला. पहिल्या वर्षी राज्यात दुष्काळ पडला तेव्हा वीस कोटी जनतेच्या

सुखदुःखाची काळजी वाहणारा या राज्याचा मुख्यमंत्री या नात्यानं मी साकडं घातलं, देवा, पाऊस दे. पाऊस दे. दिलान त्याने. पण दुसऱ्या वर्षी इतका पाऊस झाला की अतिवर्षणाचं संकट ओढवलं. ओला दुष्काळ. पुढच्या आषाढीला साकडं घातलं, विठूराया थांबव हा पावसाचा अतिरेक. थांबला पाऊस. पण त्यावर्षी भूकंप झाला. आता ह्या नैसर्गिक आपत्तीपास्नं वाचव विठ्ठला, असं तिसऱ्या वर्षी म्हटलं तर चौथ्या वर्षी बॉम्बस्फोट. ह्या सगळ्यात शेतकऱ्यांच्या आत्महत्या चालूच. आता हे सगळं एकदाचं थांबवण्यासाठी मागण्यांचं पॅकेज तयार करायचं असं ठरवलं आणि लक्षात आलं, अरेच्या! हे तर पाचवं वर्ष. फायनल इयर. तेव्हा इतर सगळी साकडी बाजूला ठेवून पुढच्या टर्मला मलाच मुख्यमंत्री कर रे बाबा, असं साकडं मी पांडुरंगाला घालायचं ठरवलंय.

देशपांडे : नॅचरली, खुर्चीत असेपर्यंतच तुम्ही काही करू शकता.

सीएम : (एकदम गंभीर होत) तुमचा एरिया किती आहे, दाभाडे?

देशपांडे : साडेपाचशे स्क्वेअर फूट. प्लस आता बाल्कनी वाढवायची परमिशन मिळालीय.

सीएम : नॉट बॅड. शिवाजी पार्कसारख्या लोकॅलिटीत सत्तावीस वर्ष राहताय तुम्ही. यू आर व्हेरी लकी मिस्टर दाभाडे.

देशपांडे : पण साहेब आता फक्त बाहेरचीच रूम... बाथरूम डब्ल्यूसी एक तास!

सीएम : येतात. असले प्रॉब्लेम्स मेगॅसिटीत येतात. आता गावाची शहरं होऊ लागली आहेत तर तिथेही हेच प्रॉब्लेम्स सुरू झालेत. हातोहात जमिनी जातात लोकांच्या. ह्याला आम्ही संक्रमणावस्था म्हणतो. बेघर होणाऱ्यांसाठी आम्ही संक्रमण शिबिरं काढलीत ती त्यासाठीच. शेवटी माणसाला जागा किती लागते? साडे तीन हात! सॉक्रेटीसनेच हे सांगून ठेवलंय. सॉक्रेटीस की आईनस्टाइन? कोणीतरी हंगेरीचा आहे बघा. सांगायचा सारांश एवढाच की, आजच्या तारखेला तुम्हाला एक रूम आणि बाथरूम या शहरात मिळत असेल तर ते सफिशंट आहे. आजचे आपल्या समोरचे प्रॉब्लेम्स वेगळे आहेत. आपल्याला राज्यात नवीन व्यवसाय आणायचे आहेत. मल्टिनॅशनल्सनी इथे यायला हवंय. विकास दर

दहा टक्क्यांवर न्यायचाय आपल्याला. वर्ल्डबँक, आयएमएफ असे खणखण कर्ज ओतायला तयार आहेत. फक्त मुंबई अशी उंच उंच वाढवत नेली पाहिजे. तिला विश्वसुंदरी बनवलं पाहिजे. त्यासाठी झोपडपट्ट्यांचा नायटा बुलडोझर लावून नष्ट केला पाहिजे. परप्रांतीय, घुसखोरांना पायबंद घातला पाहिजे. आणि हे सगळं मला तुम्हाला बरोबर घेऊन करायचंय. दाभाडे, तुम्ही मला हवे आहात. देशपांडे, तुम्ही मला हवे आहात. सगळा मध्यमवर्ग हवाय मला. तुम्ही विकास चक्राचे आरे व्हा. हे विश्वची माझे घर म्हणा. बघा, आपली लोकशाही तुम्हाला विशाल छत्र देईल...

दाभाडे : (आवाज उंचावत) नष्ट करून टाका ती लोकशाही.

सीएम : (चक्रावून) आं? काय? काय म्हणाले हे?

दाभाडे : डाऊन विथ द डेमॉक्रसी. नाहीशी करा. ज्याला हवं ते करायची मुभा देते ही लोकशाही. गोंधळ घालते. मग त्यात सुमार लोकांना महत्त्व येतं आणि हुशार लोकांचा अपमान होतो.

सीएम : तुम्ही म्हणताय असं?

दाभाडे : नित्शे म्हणतो. लोकशाहीतल्या निवडणुका म्हणजे मिडिऑक्रिटीचा धुडगूस. तिथे शहाणे जातीलच कशाला?

सीएम : कोण हा नित्शे? कुठल्या कास्टचा? एकारान्त आहे म्हणजे...

दाभाडे : सर्वांना बरोबर घेऊन जाणं हा भंपकपणाय!

सीएम : (देशपांडेना) हे काय चाललंय? प्लीज, यांना बाहेर घेऊन जा.

देशपांडे : दाभाडे, अहो असं काय करताय?

दाभाडे : फ्रेंच राज्यक्रांतीची गोष्ट सांगतोय. रूसो म्हणाला, स्वातंत्र्य समता बंधुता...

सीएम : आता हा रूसो कोण?

दाभाडे : फ्रान्समध्ये फक्त अमीर उमराव आणि धर्मगुरू सत्ता उपभोगत होते. मध्यम वर्ग म्हणाला, बस करा हे. आम्हाला स्वातंत्र्य समता आणि बंधुता हवी. आणि राज्यक्रांती झाली. मध्यमवर्गाला सत्तेत वाटा मिळाला... संपली क्रांती! उरलेले राहिले खालीच. गरीबांना स्वातंत्र्य नाही. गरीबांना समता नाही. गरीबांशी बंधुभाव? शक्यच नाही (स्वर उंचावत) असा अप्पलपोटा मध्यमवर्ग बरोबर घेऊन जीडीपी दहा टक्के करायचाय आपल्याला? (देशपांडे दाभाडेंना बळेच खेचत बाहेर नेतात. सीएम हवालदिल.)

सीएम : (इंटरकॉमवर) राजाध्यक्ष, ही नित्शे-रूसो नावाची कोण माणसं आहेत, काय करतात, सगळी इन्क्वायरी करा. काहीतरी देशद्रोही कारवाया चालल्या आहेत, असा स्ट्राँग डाऊट आहे मला आणि ह्या दाभाडे नावाच्या माणसावर बारीक लक्ष ठेवा.

[देशपांडे दाभाडेना ओढून नेत असताना समोरून इन्स्पेक्टर येतो.]

इन्स्पे. : (दोघांना पाहून) तुम्ही इथे? शिवाजी पार्कचं मॅटर? ओह आयसी. (देशपांडेना) तुम्ही इकडे या. (दाभाडेंना) तुम्ही तिथेच थांबा. (देशपांडेना) हे बघा ह्या माणसाचं काही खरं नाही. तुम्ही ऐकणाऱ्यातले आहात. ह्यांना समजवा. मी दहा लाख मिळवून देतो. ह्यांना म्हणावं, वसई-विरार साइडला बरासा फ्लॅट घ्या. उगाच ह्या घराच्या फंदात पडू नका. बायको पोरं आहेत. हवं तर मी मध्यस्थी करून लाखभर जास्त मिळवून देतो. पण आता वेळ काढू नका. काय?

देशपांडे : अं? हो हो. बोलतो. दाभाडे, चला.

दाभाडे : विकासाच्या दिशेने का?

देशपांडे : अहो या बाजूने या.

दाभाडे : म्हणजे लोकशाहीच्या मार्गाने...

[अंधार.]

[मागे सुरू असलेल्या इव्हेण्टमध्ये आणखी एका अवॉर्ड विनरची घोषणा. टाळ्यांचा प्रचंड कडकडाट. त्यातच जोरदार तोडफोडीचे आवाज. काच सामान फुटते आहे. उजेड येतो तेव्हा दाभाडेच्या घरात नासधूस झालेली दिसते. बायको गारठून बसलेली. समोर घुसखोर काठ्या घेऊन उभे. दाभाडे हळूहळू चालत येतात आणि टेबलावर बसतात.]

पुरुष १ : परत परत सांगून पण मस्ती जात नाय तुमची. गांडीतली चरबी उतरवायला वेळ नाय लागणार. सीएमकडे जायला पाह्यजे? कमिशनरला अर्ज द्यायचाय? होम मिनिस्टरची भेट हवी? भडव्या राष्ट्रपतीकडे गेलास तरी झ्याट वाकडं होणार नाही आमचं. रूम खाली कर इमिजिएट. दोनदा चार चार दिवसांची मुदत दिली. आता बास! फायनल सांगतो, दोन तासांत रूम मोकळी झाली पायजे. आम्हाला दुसरे धंदे नायत? आजपर्यंत बावीस फ्लॅट खाली केले. कुठेही एवढा वेळ नाय लागला. बऱ्या बोलाने जाल म्हणून लय वाट पाह्यली. आता फुटा आपल्या

पोरांच्या वाटेने नाही तर खिडकीतना खाली फेकून देईन. (आत जातो. पाठोपाठ इतरही जातात. दाभाडे टेबलावर बसून. बायको बॅग भरते.)

बायको : चला आपण जाऊया इथून. आपलं काही नाही इथे.

दाभाडे : हे टेबल आहे माझं. मला पुरेल ते. माणसाला जागा किती लागते शेवटी?

बायको : सोडा ते टेबल. दोन तासांची मुदत दिलीय त्यांनी. बॅग घ्या. निघूया.

दाभाडे : कुठे?

बायको : चुनाभट्टीला जाऊ. दादाकडे.

दाभाडे : तिथूनही हाकलवलं म्हणजे?

बायको : चुलत असला तरी भाऊ आहे माझा. नंतर आपली जागा घेऊ छोटीशी.

दाभाडे : तिथेही पूर्वी कोणीतरी राहात असणार.

बायको : नवी बांधलेली घेऊ.

दाभाडे : पण मूळ जमीन कोणाची, हा प्रश्न उरतोच!

बायको : तुम्ही मुर्खासारखे प्रश्न विचारू नका अशा अडचणीच्या वेळी. बाहेर पडा.

दाभाडे : बाहेर काय गॅरेंटी आहे? मला अशी जागा हवीय, जिथून कोणी ऊठ म्हणणार नाही. ध्रुवाने हा प्रॉब्लेम फार पूर्वीच ओळखला होता.

बायको : तुमच्या पाया पडू का मी? दुष्ट माणसं आहे ती. दयामाया दाखवणार नाहीत.

दाभाडे : दयामाया खरी नव्हेच. क्रोध, हिंसा, लढाया ह्याच खऱ्या. राग, लोभ, हेवा, मत्सर ह्या उपयुक्त गोष्टी आहेत. दुष्टपणा उपयुक्त नसता तर माणसाच्या उत्क्रांतीत तो नष्ट नसता झाला? नित्शे तर म्हणतो, माणूस उत्क्रांत होत जाताना हा दुष्टपणाच कामी येणाराय त्याच्या.

बायको : (स्वतःशीच) थकले मी. आयुष्याचं भिरभिरं झालं. ओचे वर करून लंगडी घालायच्या वयात चष्मा लावला. पोक काढून तांदूळ वेचले. उसने आईबाप घेऊन सख्ख्या पोरांना जन्माला घातलं. उसनेही गेले, सख्खेही गेले. मास्तरीण बनून ओळी

आखल्या नि प्रत्येक चौकोनात विम्याचे हप्ते भरले. पण ओंजळीत कसलाच विश्वास राहिला नाही.

दाभाडे : शूः! आत काहीतरी कुजबुज चाललीय. म्हातारे कोतारे, आजारी पाजारी, लुळे पांगळे, भेकड वातड, पापभिरू, व्हाइट सेल्सची ॲक्युट डेफिशियन्सी असणारे, साऱ्या साऱ्यांची यादी तयार होतेय. सामर्थ्यवान राहिले पाहिजेत. ताकदवानांचा वंश टिकला पाहिजे, तरच मानवाची प्रगती होणाराय. कमजोरांनी मरून जावं, असा फतवा निघणाराय.

बायको : (ओरडून) तुम्हाला ऐकू येतंय का?

दाभाडे : येतंय. अगदी स्पष्ट ऐकू येतंय. काहीच सिक्योर नाही. नाकाचा विमा काढता येतो पण श्वासाचा विमा नाही काढता येत. दाताचा विमा काढता येतो पण ठणक्याचा नाही काढता येत. मरणाचा विमा काढता येतो पण मणक्यात गोठणाऱ्या थंडीचा नाही काढता येत. अगदी स्पष्ट ऐकू येतंय. (अचानक गाऊ लागतात) हरिणीचे पाडस व्याघ्रे धरियेले मजलागी जाहले तैसे देवा...

बायको : (गदागदा हलवते) निघुया. काय म्हणतेय?

दाभाडे : एक गोष्ट सांगतो.

बायको : पुरे! आयुष्यभर गोष्टीच ऐकत आले तुमच्या. खाली उतरा.

दाभाडे : पृथ्वीराज चौहानने मरण्यापूर्वी आपल्या प्रधानाला बोलवून सांगितलं, माझी प्रेतयात्रा निघेल तेव्हा...

बायको : अभद्र बोलू नका. राहा तसे. मी निघाले. तुम्हाला नसली तरी मला माझ्या जिवाची पर्वा आहे. माझी लेक आहे तिकडे. माझा पोर निघून गेलाय त्याला शोधायचंय. मला त्यांच्यासाठी जगायचंय. मी जाणार. (जाते)

दाभाडे : माझी प्रेतयात्रा निघेल तेव्हा माझे हात बांधू नका. मोकळेच राहू द्या. माझ्या डाव्या बाजूला माझं सगळं सैन्य, घोडदळ, पायदळ असू देत आणि उजव्या बाजूला सर्व राण्या, दास्या, सोनंनाणं, संपत्ती असू देत. म्हणजे सर्व जगाला कळेल... सर्व जगाला कळेल की पृथ्वी जिंकण्याची ईर्षा बाळगणाऱ्या या राजाच्या डाव्या उजव्या बाजूला सत्तासंपत्ती ऐश्वर्य असतानाही हे जग सोडून जाताना मात्र त्याचे दोन्ही हात रिते होते.

[प्रकाश मंदावतो. मग हळूहळू पूर्ववत होत असताना मुन्ना पाण्याचा ग्लास घेऊन येतो. दाभाडेंना गोळ्या देतो. दाभाडे निश्चल.]

मुन्ना : ऐ साब, इ गिलास पकडो. हम मुन्ना हूं, मुन्ना. जाते टैम भाभी बोली का साहब को टैमपर दवा देना. लेव. अरी आदमी हो का पुतला?

दाभाडे : (डोळ्यांवर झापड येतेय.) सत्यविजय नरहरी दाभाडे. नॉट वर्किंग इन एनी रेप्युटेड ऑर ऑर्डिनरी कन्सर्न. अ हेल्पलेस सिटिंग पर्सन.

मुन्ना : साबास! ऐसन गोली खानेका. (एक पुडी काढतो) भजियां चाही? इ लौ. आपून कू येइच हाजम होता है. (एक भजी दाभाडेला भरवतो) कालू राम की दाबेली के गाडीपर से लाया हूं. खाइ लौ जल्दी जल्दी और इहांसे कल्टी हो जाव. बहेंचोद अपून का मगजमारी छुटेगा.

दाभाडे : (डोळे बारीक करत त्याला न्याहाळत.) तुम बहोत छोटा है. अपना बंटी जैसा...

मुन्ना : छोटा मुन्ना बोलते आपून को. मुन्नाभाई की हटेली है बोले तो बडेबडों की फटती है. भारी लोक का गेम किया हूं हम. तुमको भी टपकाने का आडर है आपून को. इसही वास्ते बोलता हूं भाग जाव.

दाभाडे : टेबल चिकटलंय रे बुडाला. निघतच नाही.

मुन्ना : साला मरने का टैम आया तब भी ज्योक मारता है? अपने बाप जैसा है इसी लिये बोलता हूं. तुम जायेगा तो हमे भी घर जाने को मिलेगा अपने.

दाभाडे : ये तुम्हाला घर है. मेरा कुछ नही टेबलके सिवा...

मुन्ना : काहे को सरमिन्दा करत हो साहब, ये काहे का अपना घर? अपून का तो झोपडा है भारत नगर मे. उंहा बिबी वेटिंग कर रहेली है अपना. साली पिरेगनन्ट है तबीसे मडर करने का मन नही करता. मगर क्या करे अपना साला येहीच धंदा है... (पॉज. दाभाडे निश्चल.) औ साब, तोहरा का धंदा रही? इ लोग बोलता था के तुम बिमा उतारता था सभैका. (हसतो.) हमारा लैन में बिमा उतारने का बोले तो सिधा हव्वा में पहुंचानेका. खचाक्! बारह साल का था तबैसे गोली चलाना सिखा हूं. हमरे मुलुख में

परतापगढ में तिनसो रपये में मिलत है पिस्तौल. कितने? और हज्जार रुपे में गन!

दाभाडे : जगात दर दहा माणसांमागे एक बंदूक आहे आणि प्रत्येक माणसाला मारायला दोन गोळ्या अॅव्हेलेबल आहेत. तू मला दोनदा मार.

मुन्ना : नाही मार सकत ना साब! मन परमिसन नही दे रहा. इ लोग तो कभै के बोले है, साला पायझन का गोली दे के मार. मगर हम तुमको दवाकाइच गोली देता हूं. साब सच्ची बोलता हूं इहांसे निकल जाव वरना इ बहोत डेंजर लोग है. का करेंगे गारेंटी नही. इ बोले तो इनकरोचमेंटवाले.

दाभाडे : एन्क्रोचमेंट. पांडवांनी खांडववन जाळलं ही आदिम एन्क्रोचमेंट. कृष्णार्जुनांनी आग लावली वनाला. नागवंशाचे लोक जळून मेले. उरलेले विस्थापित झाले. इंद्रप्रस्थ नगरी नावाच्या मोठ्या टाऊनशिपसाठी झालेलं सामूहिक हत्याकांड. धर्मग्रंथात याची गौरवपूर्ण नोंद आहे.

मुन्ना : तुम ऐसइच चटरपटर करत रहोगे तो साले मरोगे. बहेनचोद इ लोक हमे गोली मारने को मजबूर करेंगे. जो नही करना चाहता हूं वोइच करना पडेगा. तुम सडेगा और अपून को भी सडवायेगा. उंहा नर्गिस को आडमिट करने का टैम आयेला है... (मोबाईल वाजतो.) लेव, उसकाइच फोन (मोबाईल कानाला लावतो.)

दाभाडे : दुबळ्या विस्थापितांनी बंड करून उठणं शास्त्रसंमत नाही. तसं झालंच तर सर्पसत्र आरंभून तक्षकयागात त्यांना भस्मसात करण्याचा उपायही त्याच धर्मग्रंथात आहे.

मुन्ना : अबे बकबक बंद कर ना गांडू...

[अंधार]

[मागे स्क्रिनवर एक तुपाळ, केस चप्प बसवलेला ओशट हसणारा चेहरा दिसतो. टाळ्यांचा कडकडाट. या गृहस्थाच्या हातात अवॉर्डची बाहुली आहे. नमस्कार करतो.]

गृहस्थ : जे स्री क्रिष्ण! ऑल इंडिया फेडरेसण ऑफ रिअल एस्टेट इंडस्ट्री णे आज जो मेरा सम्माण किया है उसका मैं भारी हूं. ये जो लाभ सेठ मकवाणा आपके सामणे आज खडा रियेला हय वो एक

जमाणे में लाभसंकर कण्ट्राक्टर णामसे जाणा जाता था. कण्ट्राक्टरसे में बिल्डर बणा. इस कण्ट्राक्टरी के कामयाबी का फारमुला में आपको बताणा चाहता हूं. लंबर एक, लोकल मजदूर कब्बी बी काम पर णही रखणा. चाहे वो गवंडी हो, कडिया हो, पलंबर हो, बिगारी हो. वो होगा होसीयार पण कामपर टिकेगा णही. हमेशा ब्याह के, मय्यत के, बिमारी के बहाणे खाडा. गर टिकेगा तो जरूर युणियण बणायेगा. इसीलिए लाभसेठ मकवाणा बोलता हय के अगर वर्कर लेणा है तो बाहर से लेणा. अपणा गांव, घर सोडके सहर आयेले ये लोग बहुत सयाणे समझदार होते हे. उणें लोकल भासा णाही आती, कोई बोल देवे तो पल्ले णही पडती. तब वे झगडेंगे कैसे? युणियण बणावे कैसे? अण्याय के खिलाफ कब्बी बी मूं णही खोलेंगे. उणकी गर्भवती औरतें भी आखरी दिण तक काम करेंगी. बच्चा होणे के बाद दस दिण के अंदर कामपर हाजिर. ऐसे णेक काम करणेवाले लोग सहर भेजणेवाला अकाल में समझता हूं के कुदरत की देण है. इसलिये मेरा ये सम्माण में कुदरत को समर्पित करता हूं. जय स्री किस्ण!

[टाळ्या. दृश्य फेडाऊट.]

[दाभाडेचे घर. डीम लाईट. मुन्नाला त्याच्या साथीदारांनी घेरलेय. दाभाडे त्यांच्याकडे टेबलवर बसून एकटक पाहताहेत.]

पुरुष १ : च्युतिये तेरे को उसपर नजर रखने को बोला था, भजी खिलाने को नही.

पुरुष २ : वरतून गप्पा झाडतोय, गोळ्या देतोय, हाताला धरून संडासला नेतोय... तुझा बाप आय काय रे भांचोद?

मुन्ना : ए, गाली नै देना. अपून को भी आता है गाली देने को. चड्डी उतार दुंगा साले.

पुरुष २ : (डोक्यावर फटका हाणत.) गांड में नही गू और हगने चला झू...

मुन्ना : (चवताळून पिस्तुल काढत) किसके गांडमे गू नही. दिखाऊं क्या चुतमारीके!

पुरुष १ : ए, घोडा पँटीत टाक. शाणपत्ती नाय पायजे. तेरे को बोला था टेन्शन बढाव, तो तू सपोर्ट करता है उस आदमी को?

मुन्ना : अपने को नही करना है तुम लोग का काम. पनवती साला.

पुरुष १ : ये आप्रेशन होने तलक रैना पडेगा.

मुन्ना : तो पैसा डाल. पंध्रा हज्जार बोला था. पाच भी नै मिला.

पुरुष १ : हमको किधर मिला है गांडो?

मुन्ना : हमरे को च्युतिया नही बनाना. मुझे अभ्भी पाच मंगताय. बिवी पिरेगनंट है.

पुरुष १ : हम बोला था प्रेग्नंट करने कू?

मुन्ना : देखो, उसे तीन हप्ता नही मिला हूं. पैसा दो. मैं जाकर आता हूं.

पुरुष २ : पैला गेम बजाव फिर भाड में जाव. सिद्दा अपना मुलुक में कल्टी खाने का. परतापगड भागनेका वापिस.

मुन्ना : तू ज्या भडवे वापिस. कुटून आला रे तू? ज्यातो काय मुलुकमदी? बचपन गया ना उधर. जा वापिस अपने बचपन मे. और जा अपनी मां के कोख में. जायेगा... बोल साले जायेगा?

पुरुष १ : (झापड देत) लेक्चर मत झाड. बांबू डालूंगा मूं मे. भैया साला!

मुन्ना : (पिस्तुल रोखत) किसको भैया बोलता है गांडो, तेरे पेटमे खाली करता हूं... (तेवढ्यात पुरुष २ मुन्नावर झडप घालतो.)

पुरुष १ : धर मादरचोतला. पकड... मार मार. ठोक. त्याच्या आयची... ठोक!

[पुरुष २ मुन्नाच्या तोंडात पिस्तुलाची नळी खुपसून गोळ्या झाडतो. मुन्ना गतप्राण]

स्त्री : (टाळ्या पिटत–उड्या मारत) अय्या मेला! खलास झाला!!

पुरुष १ : ह्याला गोणत्यात घालून देवनारला न्यायचा. मी भाईला फोन लावतो.

पुरुष २ : भाईला सांग. त्या मान्साचा गेम हरी करणार. संध्याकाळपर्यंत ढगात!

पुरुष १ : गप भडव्या. सांगतो ते कर. मेसेज आलाय. खलास नाय करायचा.

पुरुष २ : काय बोलतो? काय बोलतो? खलास नाय करायचा? मं करायचा तरी काय?

पुरुष १ : वाट बघायची.

पुरुष २ : खाली वाट बघायची? मं पैशे तरी पाठव, बोल ना!

स्त्री : (मुन्नाच्या केसावरून हात फिरवत.) बिच्चारा! गाणी मस्त म्हणायचा नै?

[पुरुष १ व पुरुष २ मुन्नाला उचलून नेतात. दाभाडेंची नजर स्थिर.]

[निवेदक येतो.]

निवेदक : दर दहा माणसांमागे एक बंदूक आहे आणि प्रत्येकासाठी दोन गोळ्या. प्रत्येकाचा दोनदा खून होऊ शकतो. सत्यविजय सोनारा बळीचा घास। मरण बघी। सावकाश।।... दाभाडे प्रकरणाच्या शेवटच्या एपिसोडचा ॲण्टिक्लायमॅक्स झालेला आहे. खरंतर दाभाडेंना न मारण्याचा निर्णय झालाय. एकप्रकारे जीवदानच मिळालंय. पण त्यांच्या समोरच मुन्नाला ठार मारण्यात आलंय. गुंडच होता तो. मरणार होता. पण त्याला मरताना बघून दाभाडेंच्या आतलं काहीतरी मरून गेलंय. त्या दिवसापासून दाभाडे गप्प झाले. एक चकार नाही, एक हुंकार नाही. दहा दिवस झाले, दाभाडे बोलत नाहीत. खात नाहीत, पीत नाहीत, मांडीसुद्धा हलवत नाहीत. वहिनींना, चिंगीला निरोप धाडलाय, भेटून जा. भेटणार नाही तो बंटी. त्याला शोधायचा कुठे? निरोप पाठवायचा कसा?

[विंगेत मोठा गल्बला. काही लोक उलटसुलट धावत जातात. निवेदक त्रासिकपणे बघतो. बबन घाबऱ्याघुबऱ्या धावत येतो. धापा टाकतोय.]

बबन : सायेब... सायेब... बरं झालं, देवासारखे भेटलात! लवकर चला. वाट लागली.

निवेदक : अरे हो हो! कसली वाट लागली? कुठे चला?

बबन : तुमी टीवीवाले सायेब... तुमचा वट मोठ्ठा. तुमी रोखा ना सायेब त्यानला. आमच्या घरादारावर नांगर फिरवाय आले.

निवेदक : काय बोलतोयस तू? च्! इथे काय प्रसंग चाललाय माहितेय का? तू आलास कसा मधेच?

बबन : मधेच म्हंजी? झोपड्या पाडाय आलेत आमच्या मुन्सिपाल्टिवाले. झोपलोवतो. धाड धाड धाड धाड आवाज. भाड्याने बुलडोझर लावला. सायेब, चला.

निवेदक : असं कसं येता येईल मला? माझी गोष्ट अशी टोकावर आलेली असताना मी गेलो तर ही लोकं जोड्यानं हाणतील मला. तू थांब थोडावेळ शांतपणे.

बबन : तिथं घर पडतंय माझं न् शांतपणे थामू? चमेलीच्या पोटात चार म्हैन्याचं बाळ हे. काई खाल्ल्यालं नाई तिनं, ती दगडावं बसून हे... तुमी सांगा त्यानला हे रांग हाये.

निवेदक : असं नाही सांगता येणार. सरकारी काम आहे बाबा ते. त्यांची प्रोसिजर असणार.

बबन : काह्याची पोशिजर? ना दाद ना खबर. काईच सांगितलं न्हाई. तुमच्या पाया पडतो. तुमी मदद करनारे भाऊ. तुमच्या वळखी असणार.

निवेदक : अशी कशी मदत करता येईल? अनधिकृत असतील तुमच्या झोपड्या.

बबन : (उसळतो.) मं पैशे का खाल्ले? गरिबाला खरचापानी असत नाही? आमचं जगनं अनधिकृत हाये का, बोला ना! ओ भौ, पैचानवाले म्हून भीक मागतोय. हा घ्या मोबाईल. कोन्ला फोनबिन लावायचा आसंल तं लावा...

निवेदक : तू समजतोस तसा मी नाही. मी काही करू शकणार नाही ह्यात.

बबन : मं गेले गद्ध्याच्या गांडीत. मोटं तितकं खोटं मायला. कोनी येणार न्हाई... कोनी येणार न्हाई... ऐ चेमेली, रांडे धावू नको... दौडना मत! (धावत जातो.)

निवेदक : हा उगा मधे येऊन गेला. पहिल्यांदा मला संताप आला ह्या बबन येलमामेचा. हे झोपड्या अनधिकृत बांधणार. कर भरणार नाहीत. ह्यांना लाईट-पाणी-संडास सगळं फुकटात पायजे. वर मदत करा म्हणतो. त्याच्या मागे जाऊन मला दाभाडेंच्या गोष्टीची लिंक तोडायची नाहीये. आपण दाभाडेंबद्दल बोलत होतो. तर कट् टू दाभाडे. ते खातपीत नाहीत की मांडीसुद्धा हलवत नाहीत, त्यांना पाहायला येणाऱ्यांना काय करावं कळत नाही... (जातो.)

[दाभाडेंच्या भोवती शेजारीपाजारी सचिंत मुद्रने उभे.]

कशाळकर : काय उमदा माणूस होता! आता आमच्याहून म्हातारा दिसतो.

नाडकर्णी : आमचे विमे उतरवण्यासाठी तळमळायचा. आपण त्यांच्यासाठी काहीतरी करायला हवं.

चाफळकर : त्यांचा ऑफिस स्टाफ फंड रेज करतोय त्यांच्यासाठी. त्यांचे बॉस म्हणाले, आपण चांगल्या केअर सेंटरमध्ये ठेवूया दाभाडेंना.

कशाळकर : (हात जोडत) दाभाडे, आम्हाला निरोप द्या. आम्ही चाललो. पुण्याला शिफ्ट होतोय ही जागा विकून. आता नाही येणे जाणे...

देशपांडे : (प्रवेशत) दाभाडे मी आलोय. ओळखलंत? सांगा कोण?

चाफळकर : छा! कुणालाच ओळखत नाहीत. मला वाटतं, डॉक्टरांना बोलवावं.

देशपांडे : मघाशीच निघालेत ते.

नाडकर्णी : मिसेस?

देशपांडे : वहिनी येणार होत्या. पण साडेतीन ताप. म्हटलं बाहेर पडू नका. चिंगीचा आज शेवटचा पेपर आहे.

चाफळकर : खरंच हलवूया का ह्यांना केअर सेंटरमध्ये?

देशपांडे : छे. छे. इथून कुठेही जायचे नाहीत ते. फेविकॉलने चिकटवल्यासारखे बसलेत टेबलवर. शेवटच्या वेळी प्रॉब्लेमच येणाराय हलवताना.

चाफळकर : वहिनी जाण्यापूर्वी सांगत होत्या, मधेच उठून त्यांनी आपल्या पॉलिसीचे सगळे पेपर्स फाडून टाकले आणि कागदाचे कपटे खिडकीतनं सोडून दिले.

[डॉक्टर येतात.]

देशपांडे : या डॉक्टर! तुमचीच वाट बघत होतो.

डॉक्टर : शू! (दाभाडेंकडे रोखून बघतात. डोळ्यांवर टॉर्च मारतात. गुडघ्यावर कॉर्क मारतात.) तुमचं नाव सांगू शकाल, दाभाडे? आयमिन दाभाडे हे आडनाव झालं. नाव? (दाभाडे गप्प.) आज दिवस कुठला? तारीख? वार? (दाभाडे गप्प.) तुम्हाला झोप येते? तुम्हाला परसाकडे होतं? तुमच्याकडे कमोड आहे की पॉट? तुम्हाला अजून थंडी वाजते? बोला मिस्टर दाभाडे, तुम्ही बोलल्याशिवाय पुढे सरकता नाही येणार मला. (खूप विचार करून) मला सांगा, भारताचे पंतप्रधान कोण? स्वातंत्र्यदिन कधी येतो? तुमच्या बायकोचं नाव काय? (पॉज) छे. काहीच रिप्लाय नाही. यांच्या जवळचं कोणाय?

देशपांडे : आम्ही आहोत ना, ह्यांचे शेजारी.

डॉक्टर : गुड. लवकरात लवकर यांचा सीटी स्कॅन करा.

देशपांडे : अशक्य आहे डॉक्टर. इथून हलायचे नाहीत ते. टेबल तोडावं लागेल. त्यापेक्षा तुम्हीच इथल्या इथे काही टेस्ट करता येत असेल तर पहा.

डॉक्टर : (विचारात पडलेले) हूं. आहे. एक उपाय आहे. पण खर्चिक आहे.

देशपांडे : खर्चाची काळजी करू नका. पटकन करा.

डॉक्टर : (जलद हालचाली करून बॅगेतून दुर्बीण काढून तिला एकापुढे एक नळकांडी लावून लांब करतात.) आकाशातले तारे बघण्याच्या दुर्बिणीपेक्षा प्रचंड मोठ्या क्षमतेची ही दुर्बिणाय. हिच्यातून मेंदूवरच्या वळ्या, त्याला पडलेल्या सुरकुत्या, कवटीतील सूक्ष्म हालचाली सारं सारं स्पष्ट दिसतं. (दुर्बीण दाभाडेंच्या कानाला लावतात. प्रकाश मंदावतो.)

[पुढचा रस्ता प्रकाशमान. बंटी अस्ताव्यस्त अवस्थेत धावत येतो. त्याचा अवतार झालाय. तोल जातोय.]

बंटी : (दबकत हाका मारतो.) चिंगीऽ... चिंगी ऽऽऽ (थांबून पुन्हा हाका मारतो.)

चिंगी : (लगबगीने येत) काय रे? तुला कितीदा सांगितलंय परत परत येऊ नकोस म्हणून? मी बाहेर आले की मामाला वेगळाच डाऊट येतो.

बंटी : मी येऊन भेटतो त्याला. सांगतो, मी कुणी लोफर नाहीयाय. बंटी हाये बंटी.

चिंगी : नको. तुला बघितल्यावर तो आम्हालाही जायला सांगेल. तुला बघून आईलापण धक्का बसेल. त्यापेक्षा तू बाहेरच्या बाहेर जा.

बंटी : मग दोनशे रुपये दे. भूक लागलीय. काल दुपारी वडापाव खाल्ला होता.

चिंगी : किती वेळा तुला पैसे द्यायचे? मी काही कमवत नाही. आणि तुला दिले तरी पोटाला खाणार नाहीस. दारूत घालवशील. चरसगांजा ओढशील.

बंटी : ते मस्ट आहे. त्यातूनच एनर्जी मिळते. तू दे.

चिंगी : नाहीत माझ्याकडे.

बंटी : खोटं बोलू नको. शंभर तरी दे. उरलेले नंतर दे. ए, देना... प्लीज.

चिंगी : नंतर नको. आणि आता प्लीज येऊ नकोस. अशा अवस्थेत बघवत नाही तुझ्याकडे. जा स्वच्छ आंघोळ कर.

बंटी : डोण्ट वरी. मी तुम्हाला नेणाराय. आपण एका चांगल्या घरात राहू. सगळं व्यवस्थित होणाराय. पैल्यासारखं. माझा एक मोठा गेम झाला की बघ, कसलंच टेन्शन राहणार नाही. आणि माझं मस्त चाललाय हां. उगाच गम करू नको. दे, शंभर रुपये दे.

चिंगी : (एक नोट काढून देत.) ही कदाचित आपली शेवटची भेट असेल. नेटवरून मी ऑस्ट्रेलियातल्या एका स्कॉलरशिपसाठी अप्लाय केलं होतं. बहुतेक होईल काम. जायचं झालं तर पैसे गोळा करावे लागतील. दोन वर्षं मी भेटणार नाही मग.

बंटी : चिंगीऽ (करुणेने बघत राहतो.) मी पण एक महिना दिसणार नाय आता. आधी नाही नाही म्हणत होतो. पण आता ठरवलं. जायचं. खारला एक फ्लॅट व्हेकंट करायचाय. आई आणि मुलगी दोघीच राहतात. एक म्हातारापण आहे. बेडरिडन. थोडा कॉम्प्लिकेटेड मामलाय. काय पण करावं लागेल. पण मी म्हणालो, हरकत नाय. घुसेंगे... स्साला!

[चिंगी त्याच्याकडे अविश्वासाने बघत राहते. मग ओढणी काढून त्याच्या हातात देते. रडत घराकडे पळते. बंटी ओढणीची कफन डोक्याला बांधत निघतो. मागे डॉक्टर दाभाडेंना तपासताहेत. शेजारी सचिंत मुद्रेने पाहाताहेत.]

दाभाडे : (हळूहळू बोलू लागतात. आवाज क्रमशः मोठा होत जातो.) घुसा... घुसा... जमिनींवर घुसा... जंगलात घुसा... प्राण्यांना जिवे मारा... डोंगर फोडा... नद्या पिऊन आटवा... अगस्तींना परत बोलवा... घुसा... लाजू नका... घाबरू नका... माणूस घुसखोराय... घुसखोरीचाच इतिहासाय सगळा... घुसखोरीशिवाय प्रगती नाही. विकास नाही. आम्हाला विकास पाहिजे. सदैव सैनिका पुढेच जायचे... गा. रेड इंडियनांच्या कत्तली करणाऱ्या कोलंबसाचे गर्वगीत गा... मला भूक लागलीय रे... खारे शेंगदाणे द्या.

(एकदम गप्प. डॉक्टर चक्रावतात.)

डॉक्टर : मायगॉड! दाभाडे बोलले. ऐकलंत?

देशपांडे : बोलले? काय बोलले?

डॉक्टर : तुम्ही नाही ऐकलंत?

देशपांडे : नाय बॉ. (इतरांकडे बघतात. तेही नकारार्थी माना डोलावतात.)

डॉक्टर : तुम्ही नाही ऐकलं?... नक्की?... अरेच्चा! (गूढगहन विचारात पडतात. पुन्हा दुर्बीण लावतात. काढतात. स्वतःशीच खोल विचार करतात.)

देशपांडे : काय झालं डॉक्टर?

डॉक्टर : कन्फ्युशिया! कन्फ्युशियाची अ‍ॅडव्हान्स स्टेज आहे. व्हिएतनाम, कांपुचिया, उत्तर कोरियातून या रोगाचे विषाणू जगभर पसरलेत. आता ते भारततातही आलेत. यात मेंदूच्या वळ्या नष्ट होत जातात. संवेदना बधीर होतात. रिफ्लेक्सेस कमी होतात. रोगी टोकाच्या संभ्रमावस्थेत जातो. जसे की हे. वळ्या नष्ट होण्याची प्रक्रिया पूर्णत्वाला गेली की यांचा मेंदू लहान लहान होत कवटी बॉलसारखा दिसू लागेल. आणि एक दिवस तो फाटकन्...

[थांबतात आणि झर्रकन वळून नाट्यमय एक्झिट घेतात. सगळे भयभीत. एकमेकांकडे बघतात. निवेदक प्रचंड ओझे वाहून आणल्यासारखा पांढरा ड्रॉपचा कर्टन खेचत आणतो. जणू दाभाडेंच्या गोष्टीवर पडदा पडलाय.]

निवेदक : मला माहिती आहे. दाभाडेंच्या गोष्टीचा शेवट नाट्यमय नाही करता आला मला. प्रत्यक्षातही दाभाडेंचा शेवट ड्रॅमॅटिक नाही झाला. पण म्हणून काय झालं? तुम्हाला काहीच वाटलं नाही? पोटातलं पाणीही हललं नाही तुमच्या हे पाहताना? दाभाडेंच्या गोष्टीवर ना कोणी सिरीयल बनवणार ना फिल्म बनवायचं डेअरिंग करणार. मला माहीत होतं. पण मी म्हणालो, नका बनवू साले हो, एक दिवस रस्त्यावर उभा राहून ऐकवेन मी ही गोष्ट, तेव्हा कळेल तुम्हाला तिची स्ट्रेंग्थ. ऐकवली गोष्ट आणि पाहिली तिची स्ट्रेंग्थ. (कडवट हसतो.) राहा तुम्ही स्वस्थ आपल्या जागेवर. एवढंच सांगतो, आता जो मधे पडदा येईल ना तेवढंही अंतर नाहीये राहिलेलं तुमच्यात आणि दाभाडेंच्यात. माइंड माय वर्ड. (पॉज) दाभाडेंचा शेवट झाला आणि आम्ही 'कुसुमकुंज'मधनं बाहेर पडायला मोकळे झालो. तुम्हीही आता बाहेर पडाल. पण तत्पूर्वी सर्वांनी दाभाडेंना श्रद्धांजली वाहायला आपापल्या जागेवर दोन मिनिटं उभं राहायचं आहे. त्यानंतर लगेच राष्ट्रगीत होईल. ते संपल्यावर सर्वांनी शांतपणे आपापल्या घरी जायचं आहे.

[एक रडण्याचा सूर गंभीर वातावरण छेदत जातो. निवेदक डिस्टर्ब, इकडे तिकडे बघतो. उजव्या विंगेत हाक मारतो.]

[अहो हवालदार, जरा बघा कोणी रडतंय. गप्प करा त्या माणसाला.]

[हवालदार उजव्या विंगेतून डाव्या विंगेत जातो. बबन येलमामेला बसल्या अवस्थेत कॉलरला धरून खेचत आणतो. शिव्या घालतो.]

बबन : (गयावया करत) साहेब पोर म्यालं माझं... पोटातच. हितं पुरलं. ह्या मुंबैला नरबळी दिला.

हवालदार : चल ए भाड्या... फुकटची पिरपिर करू नको नायतर बांबू घालीन.

बबन : रांडे मुंबई, छिनालपना करतेस! बुलडोझर लावतेस. मी सारी लाज फेडीन नि तुज्या पोटावर यिवून नाचीन... सोडनार न्हाई तुला. (फरफटत जातो.)

[निवेदक त्रासिकपणे तो गेल्याच्या दिशेने बघत राहातो.]

हवालदार : (विंगेतून परत येत.) सायेब टाकलाय त्याला लांब. पण तो येणार. बाराबोड्याचाय तो. परत हितंच येणार. (जातो.)

निवेदक : तर आपण दोन मिनिटं उभे राहू या.
[मागे स्क्रीनवर अँकर पुरुष व स्त्री]

अँकर स्त्री : नाव द बिगेस्ट अवॉर्ड ऑफ द नाइट...

अँकर पुरुष : हमे नाज है आपपर... दुनियामें पहली बार किसीने इस पृथ्वी के बाहेर छलांग मारी है... जी हां आपने चांदपर जमीन खरीदकर पहली टाऊनशीप 'चंद्रलोक' बनाने की शुरुआत की है...

स्त्री : रिअल मॅन ऑफ द इयर... विक्रांत छेडा व्हीसीआरसी मल्टिनॅशनल के सीएमडी...

[हा अवॉर्ड विक्रांत छेडा स्वीकारत असतानाचे दृश्य पडद्यावर फ्रीज.]

[निवेदक श्रद्धांजलीसाठी स्तब्ध उभा. इतर कलावंतही येऊन उभे राहतात. 'जनगणमन' सुरू होते.]

[पडदा]

खूप मोठं अवसान गोळा करावं लागतं

मंगला आठलेकर

जयंत पवार हे माझे आवडते लेखक आहेत. 'अधांतर', 'दरवेशी आणि इतर एकांकिका', 'फिनिक्सच्या राखेतून उठला मोर', 'काय डेंजर वारा सुटलाय' आणि मासिकांतून कधीतरी प्रसिद्ध झालेल्या काही असंग्रहित कथा असं मोजकंच, पण उत्तम लेखन त्यांच्या नावावर उपलब्ध आहे. त्यांच्या कथा, नाटकं वाचल्यानंतर बराच काळ कुणाचं काही वाचावंसं वाटत नाही. इतका त्या लेखनाचा प्रभाव माझ्यावर राहतो. 'वरणभात लोन्चा आणि कोन नाय कोन्चा' ही त्यांची कथा वाचल्यानंतर त्यावरची प्रतिक्रिया कळवताना मी त्यांना म्हटलं होतं की, 'तुमच्या कथेची समीक्षा करण्याच्या फंदात कुणी पडू नये. तुमचं लेखन फक्त अनुभवावं. कारण पुस्तक खाली ठेवल्यानंतर भोवतालच्या भीषणतेच्या नव्या जाणीवेने काळजाचा उडालेला थरकाप आणि मेंदूत फक्त एक सुन्न स्तब्धता... हीच वाचकाची अवस्था असते.' जयंत पवारांनी जगण्याची केलेली मीमांसा इतकी मर्मभेदी आणि एखाद्या प्रपातासारखी आपल्यावर येऊन आदळणारी असते, 'हे बघ तुला भग्न करणारं तुझं भोवताल,' म्हणत असा झटका देणारी असते, की त्यानंतर काही लिहा-बोलायचं राहत नाही.

'काय डेंजर वारा सुटलाय' ह्या नाटकाच्या रंगमंचीय आविष्कारासंबंधी मी काहीच बोलणार नाही, कारण ते ज्ञान मला नाही. पण हे नाटक वाचत असताना आपण ते रंगभूमीवरच बघतो आहोत असं वाटण्याइतकी दृक, श्राव्य आणि वाच्य गुणवत्ता घेऊन ही लेखनकृती आपल्यासमोर येते, हे मी ते नाटक जेव्हा जेव्हा वाचते तेव्हा तेव्हा अनुभवते.

माणसाला आयुष्यात काय हवं असतं? एक साधं, सरळ, सुखी आयुष्य जगावं, आपलं स्वतःचं असं एक लहानसं का होईना घर व्हावं, इतक्या माफक सुखाची अपेक्षा करत बहुतेक माणसं आयुष्यभर राबत राहतात. पण स्वतःच्या कष्टातून उभ्या केलेल्या ह्या छोट्याशा सुखावरही त्यांचा अधिकार

नसतो. मदोन्मत्त सत्ताधाऱ्यांच्या एका आदेशासरशी केव्हाही आपण लुबाडले जाऊ, हे भय बाळगतचं इथं माणसाला जगावं लागतं. 'काय डेंजर वारा सुटलाय' ह्या शीर्षकापासून ह्या भयाची दाट छाया जाणवायला लागते. येऊ घातलेल्या वादळाची आणि त्यानंतरच्या उद्ध्वस्ततेची चाहूल नाटकाच्या नावापासूनच असा आपला कब्जा घ्यायला सुरुवात करते.

जयंत पवारांच्याच भाषेत सांगायचं तर हे नाटक 'माणसाच्या घुसखोरीचाच इतिहास आहे.' चाळी विकत घेऊन त्याजागी टॉवर बांधून मालामाल होऊ पाहणारे बिल्डर, मोठ्या फ्लॅटचं, भरपूर पैशाचं आमिष, त्यासाठी एकमेकांच्या जीवावर उठलेली रक्ताची माणसं, हवी असलेली जागा घशात घालण्यासाठी रक्तपात घडवून आणणारी राजकारणी मंडळी, त्यांनी हाताशी धरलेले गुंड आणि घाम गाळून जगणाऱ्या सामान्य माणसांच्या सर्वस्वाची झालेली होळी... पण या लेखकाची नजर फक्त अशा घटनांवरच स्थिरावत नाही. ती घटनेच्या तळाचा शोध घेते. ती कथा म्हणून, नाटक म्हणून समोर येते खरी; पण ती असते माणसाच्या अवघ्या जगण्याची मीमांसा. ती असते साऱ्या संस्कृतीची मीमांसा. उपभोगवादी वृत्तीमुळे सर्वत्र भ्रष्टाचार झपाट्यानं फोफावला आहे. आणि ह्या भ्रष्टाचारानं राजकारण, शिक्षणक्षेत्र, समाजव्यवस्था, माणसा-माणसांतले नातेसंबंध... सर्वत्र असा हैदोस घातला आहे की सगळं पुरतं सडून गेलं आहे. ही सडलेली व्यवस्था जयंत पवारांच्या लेखनातून समोर येते.

लेखक जे लिहितो ते सर्व त्यानं अनुभवलेलंच असतं असं नाही. किंवा त्याला अनुभवावंच लागतं असंही नाही. वर्तमानाचा आणि त्याहीपुढे जाऊन भविष्याचा वेध घेणारा हा एक प्रातिभिक आविष्कार असतो. जयंत पवारांच्या लेखनात पेटलेली आग पाहताना ही प्रातिभिक ओळख तर पटतेच, पण त्यांच्या शब्दाशब्दांतून व्यक्त होणारी माणसाच्या जन्माच्या बरोबरीने येणारी असहाय तडफड आणि त्या असहायतेमुळे त्याचा होणारा तीव्र दाह अनुभवताना, हे वास्तव की कल्पना याच्या विचक्षणेचीही आवश्यकता वाटत नाही. जगण्याचं इतकं भीषण दर्शन हा लेखक आपल्याला घडवतो की ते जगणं, त्या जगण्याला व्यक्त करणारी त्याची भाषा, माणसाच्या जगण्यावर येऊ घातलेल्या कल्पनेच्याही पलीकडच्या संकटांचं भान आणि त्याचा प्रत्यय देणारा, पुस्तकातच विलक्षण सामर्थ्याने त्याने उभा केलेला रंगमंच... या साऱ्याला फक्त सलाम!

आज जगण्याकडे पाहण्याचा दृष्टिकोन बदलला आहे, आनंदाच्या कल्पना बदललेल्या आहेत. सुख शोधण्याचे मार्ग बदलले आहेत. त्याचे परिणाम

माणसं परस्परांना दुरावण्यात झाले आहेत; नाती तुटण्यात झाले आहेत. पैशांची भूक वाढली आहे. त्याच्याा प्राप्तीचे मार्ग बदलले आहेत. वाटा वाकड्या करून निर्लज्जपणे दुसऱ्याचं सुख ओरबाडून घेताना माणसांनाा काही वाटेनासं झालं आहे. आचार-विचारातली भ्रष्टता कळसाला पोहोचली आहे. माणुसकी हरवली आहे. सर्वनाशाच्या अशा टोकावर आपण येऊन उभे आहोत की खाली गर्तेत कोसळण्याशिवाय दुसरा पर्याय आपल्यासामोर नाही. आणि समाजाचा हा ऱ्हास जयंत पवारांच्या लेखनात प्रतिबिंबित होताना दिसतो आहे.

१९७५ नंतरच्या काळात समाज ज्या सांस्कृतिक संक्रमणातून जात होता, त्या समाजाचं निरीक्षण अनेक लेखकांच्या लेखनाचा विषय झालं. मग त्यात पुरुषसत्ताक व्यवस्थेतील स्त्रीची परवड जशी आली तसंच गिरणी कामगारांचे प्रश्न आले, खेड्यांची वाताहत आली; शहरांकडे मोठ्या आशेनं वळलेले ग्रामीण तरुण आले; त्यांचे भ्रमनिरास आले; महानगरातल्या झोपडपट्ट्या आल्या; वेश्यावस्ती आली; गुंडांचा मोकाट वावर आला; सत्ताकारण आलं; अर्थकारण आलं, भ्रष्टाचार आला. संस्कृतीचा सगळा चेहरामोहराच बदलून गेला.

ह्या बदललेल्या संस्कृतीचं माणसाला उद्‌ध्वस्त करणारं चित्र जयंत पवारांच्या 'काय डेंजर वारा सुटलाय' ह्या नाटकात पाहायला मिळतं. इथे फक्त 'कुसुमकुंज' पाडून त्यावर टॉवर बांधला जातो; दाभाडेचं घर बळकावून त्याला त्याच्या कुटुंबियांसकट बेघर केलं जातं, एवढीच कथावस्तू नाही; तर हे नाटक म्हणजे वेगवेगळ्या स्वार्थपूर्तीसाठी सत्तेच्या जाणिवेनं मदोन्मत्त झालेली माणसं गरीबांवर कसे अत्याचार करतात; विस्थापित होणाऱ्यांची आयुष्यं कशी कोलमडून जातात, त्याची एक झलक आहे. घर बळकावलं गेलेले दाभाडे आणि त्यांचं अख्खं कुटुंब घर वाचवण्यासाठी जी केविलवाणी धडपड करतं ती पाहताना वेगवेगळ्या सरकारी योजनांत गावंच्या गावं सरकारकडून खाली केली जातात, देशोधडीला लागतात तेव्हा त्यांचं काय होत असेल, ह्या विचारानंही अंधारून येतं.

बरं, ही सगळीच माणसं अगदी निरुपद्रवी, भीत भीत जगणारी. आपली मुलं बिचारी गरीबीतही आयुष्य घडवण्यासाठी किती धडपडतात, असा भाबडा विश्वास बाळगणारी आणि इकडे कल्पनाही नसेल अशा वाटांनी त्यांची पोरं केव्हाच दूर निघून गेलेली! आजूबाजूला घडणाऱ्या अशा घटना समाजाला नव्या नाहीत. म्हणूनच हे नाटक कुणा एका विशिष्ट दाभाडे कुटुंबाची ससेहोलपट मांडून थांबत नाही, तर सत्तेच्या खेळात विस्थापित होण्याची

ज्याच्यावर वेळ येते अशा प्रत्येकाची जखम इथं उघडी होते. खरंतर जयंत पवार फक्त विस्थापितांच्या होरपळीपुरतंही बोलत नाहीत. 'जन्म दुःखाचा अंकुर... जन्म शोकाचा सागर... जन्म भयाचा डोंगर... चळेनासा' असा अरुण कोलटकरांच्या कवितेचा आधार घेत मनुष्यजन्माला आल्यावर आयुष्यभर त्याची काय किंमत मोजावी लागते त्याचा ताळेबंद मांडतात. आणि हा ताळेबंद मांडताना त्यांच्या हातांत शब्दांचा आसूड असतो. जातीय तणाव आणि धार्मिक तेढ ह्यांबाबतीत न्यूट्रल राहायचं, अंतर्यामी क्लीन असायचं आणि या देशाचा रिस्पेक्टेबल मिडलक्लास बनून राहायचं.' असा शब्दांचा आसूड मग नाटकभर आपल्या उघड्या पाठीवर पडत राहतो.

नाटकाच्या केंद्रस्थानी आहे सत्यविजय दाभाडे. साऱ्यांची आयुष्यं सुरक्षित करणारा हा विमाएजन्ट दाभाडे स्वतःचं आयुष्य सुरक्षित करू शकत नाही. माणसाचं आयुष्य सुरक्षित करणारी एकही पॉलिसी अस्तित्वात नाही हे मान्य करायला लावणारा सुन्न अनुभव एक दिवस त्याला येतो. माणसाच्या आयुष्याचा विमा काढून ते सुरक्षित करणं यातली हास्यास्पद विसंगती, अर्थशून्यता त्याला इतक्या भेदक रीतीने जाणवते की तो अवाक् होतो. आपल्या डोळ्यांसमोर ठार केला गेलेला मुन्ना बघताना त्याच्या आतलं काहीतरी अशा पद्धतीने मरून जातं की तो एकदम गप्प होऊन जातो; त्याचा जगण्यावरचा विश्वास उडून जातो. त्याचं मूक होणं आपल्या मनात काही महत्त्वाचे प्रश्न निर्माण करतं. माणसं अशी इतक्या अटीतटीनं हिंसेवर कशी उतरतात? मग मानवी संस्कृती विकसित झाली म्हणजे नेमकं काय झालं? दाभाडेला वाटतं, माणसाच्या उत्क्रांतीत उपयुक्त नसलेल्या गोष्टी नष्ट होतात असं डार्विन म्हणतो खरा; पण ज्याअर्थी क्रोध, हिंसा, लढाया, राग, लोभ, हेवा, मत्सर ह्या गोष्टी आजही शिल्लक आहेत त्याअर्थी त्या उपयुक्तच असणार. जगायला मदतच करणाऱ्या असणार. आपल्याला असलं काही जमत नाही, आपण हबकून जातो याचा अर्थ आपण जगायला नालायक असणार!

शिवाजी पार्कसारख्या ठिकाणीी स्वत:च्या मालकीचं घर असलेला दाभाडे 'मरताना माझे हात बांधू नका.' अशी इच्छा व्यक्त करतो. हीच इच्छा पृथ्वीराज चौहानने व्यक्त केली होती हेही सांगतो. पृथ्वी जिंकणाऱ्या या राजाचे हात जाताना कसे रिकामे होते हे जगाला कळलं पाहिजे असं दाभाडे म्हणतो. दाभाडेची झोळीही जाताना पृथ्वीराजसारखीच रिकामी आहे. इतिहासातल्या, पुराणातल्या घटनांचे संदर्भ थेट वर्तमानाशी जोडत ह्या साऱ्याच गोष्टी आजही माणसाच्या जगण्याचा अपरिहार्य हिस्सा कसा आहेत, हे जयंत पवार स्पष्ट करतात.

'वर्तमान' अशी काही एक स्वतंत्र अस्तित्व असलेली गोष्ट नसतेच. त्याची नाळ भूतकाळाशी जोडली गेलेली असते. म्हणून तर चुका कळूनही माणसं वारंवार इतिहासाची पुनरावृत्ती करताना दिसतात. घुसखोरीच्या इतिहासाचा माग काढत जयंत पवार पार महाभारताच्या काळापर्यंत जातात. सत्तेच्या बळावर ज्या पद्धतीने जमिनी, घरं बळकावली जातात ती अतिक्रमणं पाहताना जयंत पवार 'कृष्णार्जुनाने खांडववनाला आग लावली आणि नागवंश काही मरून गेला, काही विस्थापित झाला. इंद्रप्रस्थ नगरी नावाच्या मोठ्या टाऊनशिपसाठी झालेलं हे सामूहिक हत्याकांड, ज्याची धर्मग्रंथात गौरवपूर्ण नोंद आहे.' अशी उपहासात्मक टिप्पणी करतात.

अत्याचाराच्या अशा गौरवपूर्ण नोंदी हा आपला इतिहास आहे. म्हणूनच आजही साम, दाम, दंड, भेद अशा सर्व मार्गांचा वापर करून गरिबांच्या जमिनी ताब्यात घेतल्या जातात, त्यांना त्यांच्या हक्काच्या जागेवरून दमदाटीने हुसकावून लावलं जातं. एकदा तिथून हुसकावून लावल्यानंतर 'मरा किंवा अन्नपाण्याविना तडफडा...' कोणाच्या काळजात काही हलत नाही. कारण हीच इथली पूर्वापार चालत आलेली 'संस्कृती' आहे आणि वर्तमानात घडतंय ते ह्या संस्कृतीचं एका उद्दाम ताठ्याने केलेलं संवर्धन आहे. 'भ्रष्टाचार' हीच या समाजाची ओळख आहे.

राजकारणात सत्तेसाठी भ्रष्टाचार, शिक्षणक्षेत्रात पैशासाठी भ्रष्टाचार, देवाधर्माच्या नावाखाली देवळात भ्रष्टाचार, रोजगार उपलब्ध नसल्याने बेकार तरुणांच्या रस्त्यावर फिरणाऱ्या टोळ्या, भूक, वासनेचा उसळलेला आगडोंब... एक अव्यक्त भय सर्वत्र भरून राहिलेलं आहे. माणसाला ग्रासून राहिलेल्या या भयाची तीव्र जाणीव जयंत पवारांचं लेखन आपल्याला करून देतं.

आज ज्या प्रचंड सामाजिक कोलाहलात आपली जीव घुसमटून जातेय, त्या कोलाहलाचा इतक्यात तरी शेवट होण्याची शक्यता दिसत नाही याची हे नाटक साक्ष आहे. आजघडीला आपल्या समाजाचं विदाराक दर्शन घडवणारी प्रतिभावान साहित्यकृती म्हणून 'काय डेंजर वारा सुटलाय'ची नोंद घ्यावीच लागेल.

– साधना, दि. १२ जानेवारी २०१३

•••